॥ योगियांचा राणा ॥

शेगावचे श्रीगजानन महाराज यांचे चरित्र

राजलक्ष्मी देशपांडे

सकाळ प्रकाशन

Yogiyancha Rana
© Rajalakshmi Deshpande, 2024

योगियांचा राणा
© राजलक्ष्मी देशपांडे, २०२४

प्रथम आवृत्ती : डिसेंबर, २०२४
प्रकाशक : सकाळ मीडिया प्रा. लि.
५९५, बुधवार पेठ, पुणे ४११ ००२
संपादन : ऐश्वर्या कुमठेकर
मुद्रितशोधन : यशोधन लोवलेकर
मुखपृष्ठ : गोपाळ नांदुरकर
मांडणी : उमा लोवलेकर
मुद्रणस्थळ : विकास प्रिंटिंग ॲण्ड कॅरिअर्स प्रा. लि.
प्लॉट नं. ३२, एमआयडीसी, सातपूर, नाशिक
ISBN : 978-93-48048-88-2
संपर्क : ०२०-२४४० ५६७८ / ८८८८८ ४९०५०
sakalprakashan@esakal.com

समस्त गजाननभक्तांना...

मनोगत

कविता मी जन्मतःच माझ्याबरोबर घेऊन आले होते. हळूहळू अभिव्यक्तीमध्ये कथेचाही शिरकाव झाला. मी लहानपणापासून घरात आध्यात्मिक वातावरण अनुभवलं. घरी विविध विचारांच्या थोर लोकांची ये-जा आणि आईवडिलांबरोबर त्यांची चर्चा चालत असे. त्यात शंकराचार्यांच्या अद्वैत मतापासून ते मार्क्सवादापर्यंत सगळे विषय येत. त्या चर्चांमधून भारतीय संस्कृतीतील शाश्वत मूल्यांचे संस्कार झाले आणि नकळत तोच पुढे अभ्यासाचा व लेखनाचा विषय झाला. भारतीय मूल्यांचा ऱ्हास होऊ न देण्यासाठी वेगवेगळ्या काळात, वेगवेगळ्या प्रांतांत कार्य करणाऱ्या संतांचे विचार हादेखील श्रद्धेचा विषय होता. त्यातूनच संतचरित्रं हातून लिहिली गेली.

सकाळ प्रकाशनासाठी जेव्हा संत गजानन महाराज यांचं चरित्र लिहिण्यासाठी विचारणा झाली, तेव्हा एक आनंददायी योग जुळून आल्याची भावना होती. संत गजानन महाराजांची पोथी पूर्वीपासून वाचनात होतीच. या निमित्ताने त्यांचं जीवनकार्य जवळून अभ्यासता आलं. ही संधी मला दिल्याबद्दल मी संपादक ऐश्वर्या कुमठेकर व सकाळ प्रकाशनाचे प्रमुख आशुतोष रामगीर यांची आभारी आहे.

या चरित्रलेखनाचा मुख्य पाया संत श्री दासगणू महाराज लिखित 'श्री गजानन विजय' हा ग्रंथच आहे. तरीही स्वरूप प्रतिष्ठानचे संस्थापक श्रद्धेय माधवानंदजी (डॉ. माधवराव नगरकर) यांच्या 'गजानन विजय : भक्ती रसास्वाद' या ग्रंथातील काही विचारांचा हे चरित्र लिहिताना खूप उपयोग झाला. सध्या प्रतिष्ठानच्या अध्यक्ष

असलेल्या आदरणीय आशाताई नगरकर आणि विश्वस्त गायत्री सेवक यांनी हे संदर्भ वापरण्याची मला अनुमती दिली. तसेच, रायपूरस्थित संत अभ्यासक वामन वानरे यांनी त्यांच्या फेसबुकवरील लेखांचे संदर्भ वापरण्याचीही मला अनुमती दिली. या सर्वांची मी मनापासून ऋणी आहे. याखेरीज, अनेक लेख व महाराजांवरील पुस्तकांच्या वाचनातून मला स्वतःला जे प्रतीत झाले, स्फुरले; ते चिंतन या चरित्रात उतरले आहे.

हे काम माझ्याकडून करवून घेतल्याबद्दल संतशिरोमणी श्री गजानन महाराजांना कोटी कोटी प्रणाम!

राजलक्ष्मी देशपांडे

१९५७मध्ये 'श्री संत गजानन चरित्रामृत' हा ग्रंथ प्रकाशित झाला. (लेखकाचं नाव दिलेलं नाही.) या ग्रंथामध्ये गजानन महाराज आणि स्वामी समर्थ यांचे आंतरिक संबंध वर्णन केले आहेत. गजानन महाराज अयोनिज असे होते. त्यांना आई-वडील नाहीत. ते सात-आठ वर्षांचे असताना अक्कलकोट येथे गेले. ते येण्याच्या आधीपासूनच स्वामी समर्थ 'माझा गणपती येणार रे' असं म्हणत होते. जेव्हा महाराज आले, तेव्हा ते आणि स्वामी समर्थ यांनी एकमेकांना घट्ट आलिंगन दिलं. स्वामींनी महाराजांना आता आपला बाळपणाचा काळ इथेच घालवावा असं सांगितलं. त्यानुसार ते तिथे राहिले. अशा अर्थाच्या ओव्या या ग्रंथात आहेत.

शिवाय साईबाबादेखील काही वर्षं इथेच राहिले होते, असंही कोणी म्हणतात. मात्र हे मत फारसं प्रचलित नाही. त्यामुळे या चरित्रलेखनाची सुरुवात पोथीनुसार गजानन महाराजांच्या प्रकट होण्यापासून केलेली आहे.

अनुक्रमणिका

शेगावी अवतरले गजानन

लोकोद्धारासाठी चमत्कार

भक्तीची प्रेममय वाट

पुन्हापुन्हा अवतरती!

विभूतींचे एकत्व, सांगते चरित्र

शेगावी अवतरले गजानन

महाराज शेगावचे झाले...

माघातल्या वद्य सप्तमीचा दिवस, शके १८००. आजच्या कालगणनेनुसार २३ फेब्रुवारी १८७८! हिवाळा संपून उन्हाळ्याला सुरुवात झाली होती. विदर्भातला उन्हाळा तर अधिकच तीव्र! तिथल्या शेगाव नावाच्या गावात देविदास पातुरकरांच्या घरात नुकतंच मुलाचं लग्न झालं होतं. आज त्यांच्या सुनेचा ऋतुशांतीचा कार्यक्रम होता. देविदास तसा धार्मिक माणूस. मनाचा उदार. घरात धार्मिक विधी पार पडल्यानंतर आता त्यांच्या घरी मिष्टान्नभोजनाच्या पंगतीवर पंगती उठत होत्या. आग्रह करून जेवायला वाढलं जात होतं. काही लोक वाढलेलं सगळं नेटानं खात होते, तर काहींना आग्रह जास्त झाल्यानं वाढलेलं अन्न संपवणं कठीण जात होतं. त्यामुळे शेवटी उरलेल्या अन्नासकट काही पत्रावळी बाहेर टाकल्या जात होत्या. घरातल्या एवढ्या गोंधळात बाहेर कुणाचं विशेष लक्ष नव्हतं.

पण त्या पत्रावळीच्या ढिगाजवळ एक तरुण बसला होता. गौर वर्ण, तेजस्वी कांती... पूर्ण विवस्त्र. पत्रावळीतलं ते उष्टं अन्न, भाताची शितं तो वेचून खात होता. दृश्य विस्मयकारक होतं खरं! भर माध्यान्हीची वेळ होती. रस्त्यावरून फारशी ये-जा नव्हती. कुणी जात-येत असेलही, मात्र तरीही कदाचित ती व्यक्ती कोणाच्या दृष्टीला पडणार नाही हे विधात्यानंच ठरवलं असावं. म्हणूनच कुणाला तो दिसला नसेल. जे काही असेल ते असेल... पण त्याच रस्त्यावरून बंकटलाल अगरवाल आणि दामोदरपंत कुलकर्णी हे दोघे मित्र चालले होते. त्यांना हा तरुण दिसला. उष्ट्या पत्रावळीतलं अन्न खाणारा माणूस पाहिल्यावर कोणाच्याही मनात साहजिक

विचार येतो तो भिकारी किंवा याचकाचा! पण याच्याबाबतीत ती शक्यताच नाही हे प्रथमदर्शनीच त्यांना कळलं. योगामुळे पीळदार झालेलं स्वच्छ, निरोगी शरीर आणि तेजस्वी चेहरा काही वेगळंच दर्शवत होता. याचक असता, तर घरापुढे जाऊन त्यानं अन्न मागितलं असतं. शिवाय हा असा दिगंबर का? पण वेडा नक्कीच नाही, हे जाणवत होतं. त्याची स्थितप्रज्ञा त्याच्या मुखावर झळकत होती. बंकटलाल सावकार होता. माणसांची उत्तम पारख त्यांना होती. शिवाय हे दोघेही तसे बहश्रुत नागरिक. पूर्वी गावातल्या मंदिरांमध्ये कीर्तनं होत. त्यामुळे ब्रह्मज्ञानी, विदेही, योगी पुरुषाची लक्षणं त्या दोघांनी ऐकली होती. ती सारी लक्षणं त्या दोघांना या पुरुषात दिसली. त्यांनी जवळ जाऊन विचारलं, "साधू बुवा, आपल्यासाठी ताट वाढून आणू का?" त्या योग्यानं वर पाहिलं मात्र आणि बंकटलाल अक्षरशः मंत्रमुग्ध झाले. त्या योग्याची तेजस्वी, स्थिर नजर अंगावर पडली आणि जणू अनंत जन्मांची पातकं जळून गेली. परब्रह्माचा स्पर्शच जणू त्यांना झाला. अनंत जन्मांची पुण्याई फळाला आली आणि म्हणून सद्‌गुरुप्राप्ती झाली. ते योगिराज अजून मौनच होते. हे दोघे मात्र भान हरपून पाहत होते. भानावर आल्याबरोबर दामोदरपंतांनी त्या योगिराजांसाठी देविदासांच्या घरातून ताट वाढून आणलं. सुग्रास पक्वान्नांचं, षड्‌रससंपन्न ते ताट समोर आल्यावरही साधुबुवांची दृष्टी तितकीच स्थिर, शांत होती. वेगवेगळ्या चवींचे, जिभेला सुखावणारे ते सगळे पदार्थ एकत्र करून त्यानं खाऊन टाकले. त्याच्या रसनेला कुठल्याच चवीचं अप्रुप आहे असं जाणवत नव्हतं. देह धारण केला आहे, त्यामुळे खाणं त्याला जगवण्यासाठी भाग आहे, असा एकूण भाव!

जेवणानंतर योगिराजांना पिण्यासाठी पाणी आणावं म्हणून दामोदरपंत पुन्हा आत गेले. माठामधलं थंडगार, वाळा घालून सुगंधित केलेलं पाणी ते तांब्यातून घेऊन आले खरे; पण तोपर्यंत हे योगिराज थांबले नव्हते. बाजूलाच जनावरांना पाणी पिण्यासाठी सोय केलेली होती. त्यात अनेक जनावरांनी तोंड लावलेलं गढूळ पाणी होतं. माणसांसाठी ते पिण्यायोग्य नक्कीच नसणार. पण ते योगी तेच पाणी प्यायला लागलेसुद्धा! दामोदरपंत त्यांना थांबवून म्हणाले, "थांबा महाराज, ते गढूळ पाणी माणसांसाठी नाही. हे बघा, मी आपल्यासाठी स्वच्छ पाणी आणलंय." आता त्या साधुबुवांनी मौन सोडलं. ते म्हणाले, "गढूळ काय, स्वच्छ काय... हे भेद कुठे आहेत? हे सगळं चराचर एका ब्रह्मानं व्यापलेलं आहे. गढूळ पाणीही ब्रह्म, स्वच्छ पाणीही ब्रह्म. एवढंच कशाला, पाणी पिणाराही स्वतः ब्रह्मच!"

हे ऐकल्यावर या दोघांची खात्रीच पटली, की हे कुणीतरी महान योगी, अवधूतावस्थेतील योगी आहेत. आत्तापर्यंत आपण त्यांना नमस्कारही केला नाही, हे जाणवून ते नमस्कारासाठी पुढे आले; तोवर महाराज लांब लांब ढांगा टाकत दूर निघूनही गेले होते. त्यांच्या दृष्टीच्या पलीकडे!

गजानन महाराज शेगावमध्ये प्रकट झाले, ते असे. त्यांना तसं 'गजानन महाराज' हे नावही नव्हतं तेव्हा. कुठून आले, त्यांचा जन्म केव्हा झाला, आई-वडील कोण, घर कुठे; काही माहीत नाही. कुणी त्यांना समर्थ रामदासांचा अवतार मानतात. अक्कलकोटच्या स्वामी समर्थांकडून त्यांनी अध्यात्माचे, योगाचे धडे घेतले असाही उल्लेख एका ठिकाणी आहे. पण यांपैकी कशालाच काही पुरावा नाही. तसंही नदीचं मूळ आणि ऋषीचं कूळ विचारू नये, हा संकेत आहे. हे योगिराज वयाच्या विशीमध्ये देह धारण करून प्रकट झाले, हीच श्रद्धा जनमानसात आहे. अवतारी पुरुषांच्या बाबतीत हे शक्य असतं. त्या अलौकिक, दिव्य चैतन्याला स्वतःच्या संकल्पनेनुसार पंचमहाभूतं एकत्र करून एक देह निर्माण करणं काय अशक्य आहे? असे अवतारी पुरुष शुद्ध चैतन्याच्या जाणिवेतच स्थिर असतात. देहाची किंवा देहभावाची बंधने त्यांना नसतात. देहभावच नसेल, तर मग देहाशी संबंधित जनलज्जा, इच्छा, मोह, लोभ, क्रोध या भावना तरी कुठून असणार? अंगावरचं वस्त्रदेखील उपाधी वाटावी अशी ही अवधूत अवस्था! म्हणून या अशा विवस्त्र रूपात ते अवतरले.

अशा अवतारी पुरुषांच्या देह धारण करण्यामागे किंवा प्रकट होण्यामागे खरं तर काही ठोस कारणं असतात. ही कार्यं करणं, समाजात उत्तम मूल्यं रुजवणं हे त्यांच्या आयुष्याचं मुख्य ध्येय असतं. पण आपल्या समाजात साधू-संन्यासी दिसला, की सांसारिक इच्छा घेऊन त्यांच्याकडे येणारे लोक फार. या अशा लोकांच्या न संपणाऱ्या कामना पूर्ण करत राहिलं, तर या साधूंचं संकल्पित काम पूर्ण होऊ शकणार नाही. कदाचित म्हणूनच त्यांचा असं जगावेगळं राहण्याचा, वागण्याचा अट्टाहास असू शकतो. वेड्यासारखं वागलं, की फक्त सच्चे भक्तच जवळ येतील हा त्यामागचा उद्देश असावा.

बंकटलाल आणि दामोदरपंत त्यांना नमस्कार करायला पुढे होणार, तोच हे निघूनही गेले आणि दिसेनासे झाले. या दोघांच्या मनाला मात्र रुखरुख लागली. त्यात बंकटलालला तर जास्तच.

'कोण होता हा अलौकिक पुरुष? कुठे गेला असेल? पुन्हा कधी भेटेल?' याच चिंतनात बंकटलाल हरवून गेला. त्याला जेवणखाण सुचेना. डोळ्यांसमोर सतत तो घडलेला प्रसंग आणि तो तेजस्वी चेहरा येत होता. साधुबुवा इथेच कुठेतरी असतील या विचारानं त्यांनी शेगावचे रस्ते, गल्लीबोळ पालथे घातले. सगळीकडे शोधलं, पण ते योगिराज कुठे दिसेनात. सद्गुरूंचा असा निदिध्यास लागणं मोठं भाग्याचं. बंकटलालचं भाग्य म्हणा किंवा योग्यता म्हणा, त्याला हा ध्यास तरुणपणीच लागला होता. सद्गुरुप्राप्तीविना वाटणारी उदासीनता आता बंकटलालच्या चेहऱ्यावरही दिसू लागली. कर्तव्यदक्ष आणि हुशार बंकटलालचं कामात, जेवणखाणात, कशातच लक्ष लागेना. आपला तरुण मुलगा सैरभैर झालेला वडिलांच्या लगेच लक्षात आलं. त्याचे वडील भवानीराम यांनी त्याला विचारलं, ''तुला काही होतंय का बाळा? काही त्रास होत असेल, तर लगेच सांग. आपण औषधोपचार करू.''

''छे छे! मला काहीही झालेलं नाही.''

''मग काही हवं आहे का? इच्छा आहे का मनात? अरे, देवकृपेनं आपल्याला कशाची कमी नाही. तुला काही हवं असेल, तर ते आणू शकतो आपण.''

यावर काय बोलणार बंकटलाल? त्याला जे हवं होतं, ते त्याच्या वडिलांच्या आवाक्यातलं थोडंच होतं? आणि घरातल्या संपन्नतेनं विकत तरी कुठे घेता येणार होतं? तात्पुरतं काहीतरी उत्तर देऊन तो तिथून सटकला. भवानीरामांच्या मनाला मात्र चिंता लागून राहिली. तरुण मुलगा जेव्हा असा वागतो, तेव्हा आईवडिलांना काळजी वाटतेच; पण त्यांच्याकडे मुलं कधीकधी मोकळेपणानं बोलू शकत नाहीत. बंकटलालचंही तसंच झालं. त्याची अस्वस्थता वाढली, तेव्हा शेजारी राहणाऱ्या रामजी देशमुखांकडे तो गेला. त्यांना सगळी हकिगत सांगितली. ती ऐकून ते म्हणाले, ''तू तर धन्य आहेस, बंकटलाल. थोर संन्याशाचं दर्शन घडलं तुला. पुन्हा ते दिसले तर मलाही सांग हं. मीही दर्शन घेईन.''

शेजाऱ्याशी बोलून बंकटलालला बरं वाटलं, पण त्याचा प्रश्न अनुत्तरितच राहिला; पुन्हा दर्शन होणार कधी, कुठे आणि कसं? त्याच सुमारास मोटे सावकारांच्या शिवमंदिरात गोविंदबुवा टाकळीकरांचं कीर्तन होतं. हे त्या भागातले फार मोठे प्रसिद्ध कीर्तनकार! विविध ग्रंथांचा साकल्यानं केलेला अभ्यास, उत्तम वक्तृत्व, गायकी आणि या सगळ्याचा मूळ आधार असलेली उपासना... सगळं त्यांच्याकडे होतं.

बंकटलाल त्या कीर्तनाला निघाला. वाटेत पीतांबर नावाचा शिंपी त्याला भेटला. त्यालाही बंकटलालनं सगळं सांगितलं. पीतांबर साधा, भोळा, श्रद्धाळू! महाराजांचं वर्णन ऐकून त्याच्या मनात एक चित्र तयार झालं आणि आपल्यालाही त्यांचं दर्शन घडावं असं त्याला वाटू लागलं.

मंदिराच्या जवळ आल्यावर चालता चालता अचानक बंकटलाल थबकला. पीतांबरनं त्याच्याकडे पाहिलं, तर त्याची नजर कुठेतरी स्थिर झाली होती. त्या दिशेला पीतांबरनं पाहिलं. नेहमीचंच लिंबाचं झाड, त्याखाली गर्गमूर्तींची समाधी, तेच तर होतं. त्याच्या बाजूला फरशी घालून घेतली होती. त्या फरशीवर... हां तिथे काहीतरी वेगळं त्याला दिसलं. बंकटलालनं सांगितलेले ते योगिराज तिथे होते. पूर्वजन्मीचं सुकृत असावं म्हणून पाहिल्या पाहिल्या बंकटलालला आणि पीतांबरला त्यांच्यातलं गुरुतत्त्व जाणवलं. ते दोघे ओढल्यासारखे महाराजांपाशी गेले. त्यांना नमस्कार करून मूक उभे राहिले.

'जय जय राम कृष्ण हरी...' मंदिरात कीर्तन सुरू झालं होतं.

बंकटलालनं महाराजांना विचारलं, ''महाराज, आपल्याला काही खायला आणू का?'' खरं म्हणजे बंकटलाल खूप दिवस महाराजांना शोधत होता. पण ते भेटल्यावर मात्र हे सगळं विसरून तो त्यांच्या 'असण्यात' विरघळला. भूतकाळ, भविष्यकाळ हे सगळं गळून पडलं. उरला तो केवळ हा आत्ताचा क्षण... वर्तमान तेवढंच खरं. हा क्षण त्याला सांगत होता, हा अवधूत रूपातला संन्यासी... याच्या देहासाठी खाण्यापिण्याची सोय करणं हे भक्त म्हणून आपलं कर्तव्य आहे.

आणि महाराज? ते देहात राहून देहापेक्षा भिन्न, तहान-भुकेच्या पलीकडे गेलेले होते. पण काही विशिष्ट कार्यासाठी देह धारण केला आहे, समोर भक्त आहे, त्याच्या भक्तिभावाचं प्रकटीकरण होऊन त्याला वाट करून देणं गरजेचं आहे; म्हणून 'काही खायला आणू का?' या बंकटलालच्या प्रश्नावर ते उत्तरले, ''तुला गरज असेल, तर समोरच्या माळिणीच्या घरातून झुणका-भाकरी आण.'' माळिणीचं घर म्हणजे असोलकरांचं घर. बंकटलाल समोरच्या घरात गेला. त्यांना सगळं सांगितलं. अतिथीला अन्नदान करणं हे पुण्यकर्म, हेच संस्कार त्या देवभोळ्या कुटुंबाच्या मनावर झालेले होते. त्यातही बंकटलालसारखा सावकार येऊन ज्याच्यासाठी झुणका-भाकर मागतो, तो कुणीतरी श्रेष्ठच असणार. त्यामुळे गृहलक्ष्मीनं झुणका-भाकर करून दिली. महाराजांनी ती खाल्ली.

मंदिरात पूर्वरंग चालू झाला होता. इकडे पीतांबरच्या मनात येत होतं, 'मलाही काही सेवा करायला मिळाली तर...' आणि अंतर्यामी महाराजांनी ते लगेच ओळखलं. त्यांनी पीतांबरला सांगितलं, ''जा, हा तुंबा ओढ्यात बुडवून पाणी आण.'' महाराजांनी स्वतःजवळचा मातीचा तुंबा त्याला दिला. पीतांबर आणि बंकटलाल दोघांनी एकमेकांकडे पाहिलं. डोळ्यांसमोर तो ओढा आला. किती उथळ होता तो! त्यात तुंबा बुडणं शक्यच नव्हतं. शिवाय ते गढूळ पाणी... त्यात महाराजांनी त्यांना सांगितलं होतं, ''तुंबा बुडवूनच पाणी आण, उगाच ओंजळीनं भरू नकोस.''

एखादा बुद्धिमान, तर्कनिष्ठ माणूस हे ऐकून वैतागला असता. 'हे कसलं विक्षिप्त वागणं? पाणीच हवंय ना? देतो ना मी कुठूनही आणून! चांगलं देतो त्या ओढ्यापेक्षा!' असे विचार नक्कीच मनात आले असते. पण पीतांबर जणू त्यांचा जन्मोजन्मीचा शिष्य होता, म्हणून महाराजांनी दिलेली ही आज्ञा त्यानं कुठलीही शंका न घेता प्रमाण मानली. तो ओढ्याजवळ आला. तुंबा बुडावा असं पाणी कुठेच नव्हतं. पण त्या योगिराजांचं स्मरण करून त्यानं तुंबा ओढ्याला लावला; तर काय आश्चर्य! ओढ्यात खड्डा पडून तुंबा बुडाला. त्यात पाणी भरलं गेलं. सगळा ओढा गढूळ असला, तरी तुंब्यातलं पाणी मात्र नितळ, स्वच्छ! या घटनेनं पीतांबरची त्या योगिराजांवर श्रद्धाच बसली. तो धावतच त्यांच्याकडे आला. पाणी प्यायल्यावर महाराज बंकटलालला म्हणाले, ''माळिणीच्या भाकरीवर आमची सेवा करतोस काय? खिशातली सुपारी काढून दे.''

बंकटलालने आनंदाने सुपारी, अडकित्ता काढला. सुपारी कातरून दिली. सोबत काही नाणीही दिली दक्षिणा म्हणून. पण ते म्हणाले, ''आम्हाला याची काय गरज?'' त्यांनी नाणी चक्क फेकून दिली आणि म्हणाले, ''जा, मंदिरात जाऊन कीर्तन ऐका.''

मंदिरात कीर्तन रंगात आलं होतं. कीर्तन हा गोविंदबुवा टाकळीकरांचा व्यवसाय असला, तरी ते तो धर्म मानून निभावत होते. सरस्वती त्यांच्यावर प्रसन्न होती. त्यांची विद्वत्ता कोरडी नव्हती. त्यात श्रद्धेचा ओलावा होता. वाणी रसाळ होती. पूर्वरंग संपत आला होता. आता उत्तरार्धाची प्रस्तावना सुरू करायची होती.

तेवढ्यात मंदिराबाहेरून उच्च पण मधुर स्वरात महाराजांनी श्लोक म्हटलेला ऐकू आला. गोविंदबुवा चकित झाले. हाच श्लोक मी उत्तरार्धात विवेचनाला घेणार होतो. यांना कसं कळलं ते?

मंदिराबाहेर येऊन त्यांनी महाराजांना पाहिलं. गोविंदबुवा इतकी वर्षं अध्यात्म जगलेले. त्यांना या अवधूत-अवताराची ओळख पटणार नाही असं कसं शक्य आहे? हे कुणीतरी महान योगी आहेत हे त्यांच्या लगेच लक्षात आलं. ते विलक्षण नम्रतेनं त्यांना म्हणाले, ''महाराज, आत मंदिरात चलावं.''

''आम्ही इथेच ठीक आहोत.''

''असं करू नका. शिवाचं मंदिर आहे आणि प्रत्यक्ष शिवशंकरानं असं बाहेर बसणं बरं नाही.''

''गोविंदा, असं पोटभरू कीर्तनकारासारखं बोलू नकोस. आत्ताच तर म्हणालास ना, ईश्वराचा निवास कणाकणात असतो... त्या वाक्याशी प्रामाणिक राहा. मंदिराच्या आत काय, बाहेर काय... सगळं सारखंच आहे. जा, कीर्तन सुरू ठेव. आम्ही इथे बसून ऐकू.''

गोविंदबुवांनी प्रणाम केला आणि मंदिरात कीर्तन सुरू झालं.

मात्र ते हे सांगायला विसरले नाहीत, की शेगावचं भाग्य थोर म्हणून साक्षात परमात्मा इथे अवतरला आहे. त्यांना जपा. हे शेगावचं रत्न आहे, भूषण आहे.

आता मात्र बंकटलालनं आपल्या वडिलांना – भवानीरामांना सगळी हकीकत सांगितली. तेही सश्रद्धच होते. ते बंकटलालला म्हणाले, ''एकदा कधीतरी त्या महात्म्याला घरी घेऊन ये.'' आता तर बंकटलालला खूपच आनंद झाला.

पुढे दोन-तीन दिवस महाराज दिसले नाहीत. या वेळी मात्र बंकटलाल अस्वस्थ झाला नाही. महाराज इथेच असतील आणि आपल्याला योग्य वेळी नक्की दिसतील, हा विश्वास त्याला होता.

भक्तीची हीच पुढची अवस्था असते ना? सुरुवातीला ईश्वराच्या, सद्गुरूंच्या दर्शनासाठी जीव व्याकूळ होतो. त्यांच्या सगुण दर्शनाविना तळमळ होत राहते. जशी श्रद्धा पक्की होते, तशा ईश्वराच्या किंवा सद्गुरूंच्या 'असण्या'वर विश्वास बसतो. ते प्रत्यक्ष दिसत नसले, तरी जवळच आहेत याची खात्री होते. त्यामुळे मन शांत, स्थिर होतं. बंकटलालही शांत होता. त्याला सद्गुरुप्राप्ती झाली होती. ते येतील ही खात्री होती आणि तसंच घडलं.

चौथ्या दिवशी तिन्हीसांजेची वेळ होती. पेठेत दुकानदारांनी दिवाबत्ती केली होती. घरोघरीच्या सुवासिनींनी देवापुढे सांजवात, तुळशीपुढे दिवा लावला होता. बाहेर खेळणाऱ्या मुलांना खेळ आवरता घेण्यासाठी घरची लोकं सांगत होती. गुराखी रानातून गुरांना घेऊन परतत होते. गोठ्यातल्या वासरांच्या हंबरण्यानं गाई धूळ उडवत वासरांकडे पळत चालल्या होत्या. बंकटलालही कुठूनसा घरी परतत होता, तेव्हा त्याला माणिक चौकात महाराज दिसले. तो धावतच त्यांच्याकडे गेला आणि त्यांना घरी चलण्याची विनंती केली. महाराज काही न बोलता, लांब लांब ढांगा टाकत त्याच्या घराकडे चालू लागले. बंकटलाल बिचारा त्यांच्याबरोबर पळत होता. दोघे घरी आले. दारातूनच भवानीरामांना दिसलं. गौरवर्ण, तेजस्वी, आजानुबाहू असे महाराज समोर उभे होते. भवानीरामांनी त्यांना साष्टांग नमस्कार केला. घरात आणलं, बसवलं. भोजन करण्याची विनंती केली आणि महाराजांनी ती मानलीही. पण वेळ तशी संध्याकाळची होती. स्वयंपाक तयार व्हायला थोडा अवधी होता. भवानीरामांच्या मनात आलं, महाराज अवलिया! अचानक निघून गेले तर? मग त्यांनी विचार करून सकाळच्या थोड्या पुऱ्या, भाजी असं आणलं. पुऱ्यांसारखा पदार्थ सकाळचा संध्याकाळी शिळा मानत नाहीत. ताजा वरण-भात, थोडी मिठाई समोर ठेवली. महाराजांनी सगळं खाल्लं. एव्हाना काही लोक जमले होते. बंकटलालच्या घरी महाराज आल्याची बातमी कर्णोपकर्णी पसरली होती. लोक दर्शन घेत होते. महाराज तोंडानं सतत काहीतरी पुटपुटत होते. कुणाला ते 'गण गण गणात बोते' असं ऐकू येत होतं, तर कुणी 'गणी गण गणात बोते' म्हणत होते. या मंत्रावरून लोकांनीच त्यांचं नाव ठरवलं, 'गजानन महाराज!'

बंकटलाल आणि भवानीरामांनी गजानन महाराजांना प्रार्थना केली, 'आपण आता इथंच राहावं.' महाराजांनी त्याला संमती दिली. बंकटलालचा आनंद गगनात मावेना! आपल्या दुमजली घराचा वरचा मजला त्याने रिकामा केला. महाराज तिथे राहिले आणि बंकटलाल आणि त्याचं कुटुंब खाली.

अशा रीतीनं गजानन महाराज शेगावचे झाले!

खा, मेल्या खा!

बंकटलालचं घर आता मंदिर झालं होतं. लोक महाराजांच्या दर्शनाला येऊ लागले. महाराज आले त्याच्या दुसऱ्याच दिवशी बंकटलालनं त्यांना विनंती केली, ''महाराज, आपल्याला स्नान घालण्याची इच्छा आहे.'' महाराजांनी त्याला संमती दिली. एखादी गोष्ट हवी असणं ही जशी इच्छा, तशी 'मला अमुक नको' हीदेखील इच्छाच ना! महाराज या इच्छा-अनिच्छेच्या पलीकडे गेले होते. पण त्यांच्या संमतीनं सगळ्यांच्या मनात उत्साह संचारला. अंगणातल्या विहिरीतून पाणी उपसलं जाऊ लागलं. एका मोठ्या हंड्यात चुलीवर पाणी तापायला ठेवलं. महाराजांना एका मोठ्या दगडावर बसवून कोणी त्यांना अत्तर लावत होतं, कोणी उटणं; कोणी त्यांच्या अंगावर पाणी घालू लागले, कोणी हातपाय घासून देत होतं. शेवटी एकदाचं स्नान झालं. मग महाराजांना नवं वस्त्र नेसवलं गेलं. त्यांच्यासाठी तयार केलेल्या मऊ, आरामशीर बैठकीवर त्यांना बसवलं. कपाळावर केशर-चंदनाचा टिळा लावला. गळ्यात फुलांचा हार घातला. महाराजांसमोर प्रसाद ठेवला. आलेल्या लोकांनाही प्रसाद मिळाला.

बंकटलालचा चुलतभाऊ इच्छाराम त्याच्या शेजारीच राहत होता. एकदा सोमवारी प्रदोष आला होता. इच्छाराम प्रदोषाचं व्रत करी. दिवसभर उपवास करायचा; भगवान शंकराची पूजा, उपासना करायची आणि संध्याकाळी उपवास सोडायचा असं हे व्रत! इच्छारामाच्या मनात आलं, महाराजांना संध्याकाळी जेवण देऊन मगच आपण उपवास सोडावा. खरं तर दुपारी महाराजांचं जेवण झालं होतं.

आत्ता त्यांना काहीही खाण्याची इच्छा नव्हती, पण इच्छारामनं त्यांना अतिशय आग्रह केला. शेवटी तो हट्टालाच पेटला. 'आपण जेवला नाहीत, तर मीही उपवास सोडणार नाही' असं म्हणाला. शेवटी महाराजांचा नाईलाज झाला. इच्छारामनं जेवण वाढून आणलं. ते जवळपास चार माणसांना पुरेल इतकं होतं. किती खाऊ शकणार एखादा माणूस? पण प्रेम किंवा भक्ती म्हणजे भरभरून खाऊ घालणं, आग्रह करणं हा स्वभाव असतो एखाद्याचा. इच्छारामनंही तेच केलं. महाराजांनी समोरचं अन्न आणि इच्छारामचा आग्रह बघितला. स्वतःला दोन-चार थोबाडीत मारून घेतल्या आणि म्हणाले, ''दिवसभर 'खातो खातो' म्हणतोस ना गणप्या, आता खा मेल्या!'' असं म्हणून त्यांनी सगळं अन्न संपवलं. पण नंतर त्यांना जोरात उलटी झाली आणि सगळं अन्न बाहेर पडलं.

कधीकधी मनात विचार येतो, महाराजांनी असं का केलं असेल? महाराज योगमूर्ती होते. साक्षात परब्रह्मच होते. त्यांना मानवी संत मानायचं असेल, तरी परब्रह्माशी एकरूप झालेले होते. अशा विभूतींचा स्वतःच्या शरीरावर, तहानभुकेवर इतका ताबा असतो की ते कितीही दिवस उपाशी किंवा अत्यल्प अन्नावर राहू शकतात आणि प्रसंगी कितीही जास्त अन्न पचवू शकतात. शिवाय 'खातो खातो म्हणतोस ना, आता खा!' असं म्हणून स्वतःला का मारलं? त्यांची तर खाण्यावर वासनाच नव्हती. केवळ देह धारण केलाच आहे, तर त्याला अन्न लागतं म्हणून ते खायचे. मग असं का?

इथे समर्थ रामदासांचा प्रसंग आठवतो. त्यांना एकदा खीर खाण्याची इच्छा झाली. त्यांनी खीर करवून घेतली आणि इतकी खाल्ली की शेवटी त्यांना उलटी झाली. समर्थही साक्षात परमात्म्याशी एकरूप झालेले संत. मारुतीरायांचा अवतार मानतात त्यांना! तरी संपूर्ण जन्मात क्वचित एखाद्या क्षणी एखादा जिन्नस खाण्याची इच्छा त्यांच्या रसनेला झाली असेल. पण तेवढीही वासना उरायला नको, म्हणून त्यांनी असं केलं.

गजानन महाराजांनी देह धारण केला होता. कदाचित एखाद्या क्षणी त्या क्षणापुरताच जिभेला चवीचा मोह झाला असेल, तर ती क्षणभराची वासना संपावी म्हणून हे केलं असेल. किंवा 'खातो खातो म्हणतोस ना गणप्या! आता खा!' हे वाक्य स्वतःसाठी नसेलच. समाजात अनेक असे भोंदू साधू असतात, जे भक्तांकडून स्वतःच्या खाण्या-पिण्याचे चोचले पुरवून घेतात. त्यांच्यासाठी त्यांनी हे शब्द

उच्चारले असतील आणि त्याच वेळी अति आग्रहाचा परिणाम काय होतो हेही त्यांना लोकांना दाखवून द्यायचे असेल.

संत अवतार का घेतात? ही एक विचार करण्यासारखी गोष्ट आहे. लोकांना चमत्कार करून दाखवायचे, त्यांच्याकडून हार-तुरे घालून घ्यायचे, पूजा करून घ्यायच्या आणि त्यांच्या ऐहिक इच्छा पुरवायच्या. हे संतांच्या अवताराचं कारण नक्कीच नसतं.

मनुष्य हे निसर्गाचं अपत्य असलं, तरी मनुष्य बाकी निसर्गापेक्षा थोडा वेगळा आहे. खरं तर, चराचरांत एक चैतन्य भरून राहिलेलं असतं. अगदी निर्जीव दगडांपासून ते जिवंत प्राणी, झाडं, पाणी, हवा, प्रकाश सगळं चैतन्यमय आहे. माणसातही ही चेतना असतेच. पण या चैतन्याला ओळखण्याची, अनुभवण्याची क्षमता फक्त माणसात असते.

मनोबुद्ध्यहंकार चित्तानि नाहं
न च श्रोत्र जिव्हे, न च घ्राण नेत्रे

मी म्हणजे शरीर, मन, बुद्धी, चित्त, अहंकार नाही, हे श्रीशंकराचार्यांनी सांगून ठेवलं आहे. आपण रोजच्या बोलण्यातूनही याचीच पुष्टी करत असतो. आपण जेव्हा 'माझं शरीर', 'माझी बुद्धी' वगैरे म्हणतो, तेव्हा 'मी' म्हणजे कुणीतरी वेगळा आणि शरीर, बुद्धी, मन, अहंकार वगैरे 'माझं' असं म्हणतो. हा मी कोण? आत्मा आणि परमात्म्याचा तो एक अंश आहे. पण प्रत्यक्ष आचरणात मात्र या शरीराशी संबंधित नातेवाईक, घर, पैसा अशा सगळ्या गोष्टी 'माझ्या' असं म्हणून आपण यात गुंतून जातो. यातून बाहेर पडणं सामान्य मनुष्याला कठीण होऊन जातं. आपल्याला यातून बाहेर काढून आपली स्वतःशी ओळख करून देण्यासाठी संत अवतार घेतात. आपण जोपर्यंत त्या अवस्थेपर्यंत पोहोचत नाही, तोपर्यंत शरीर आणि त्याच्याशी संबंधित संसाराची सुखदुःखं आपल्याला त्रास देतात. संत करुणामय असल्यामुळे ते आपली दुःखं तर दूर करतातच; शिवाय जनसामान्यांना त्यांच्या मूळ स्वरूपाची, परमात्म्याची ओळख करून देणं हा त्यांच्या जीवनाचा मुख्य हेतू असतो. त्यासाठी ते लोकांना उपासनेच्या, भक्तीच्या मार्गाकडे वळवतात. गजानन महाराज हेच कार्य शेगावमध्ये राहून करणार होते.

शाळेमध्ये शिक्षकांनी शिकवलेलं व्यवस्थित आत्मसात करून घेणं,

तो अभ्यास घरी करणं, त्याची उजळणी करणं जसं महत्त्वाचं असतं; तसंच जनसामान्यांना एखादा संत भेटल्यानंतर त्यांचा उपदेश ऐकणं, त्यांनी शिकवलेल्या मार्गावरून वाटचाल करणं हे महत्त्वाचं असतं. आध्यात्मिक प्रगती म्हणजे संतांना केवळ हारतुरे घाला, भरभरून खायला घाला आणि पूजा करा हे नाही, हे त्यांना दाखवून द्यायचं होतं.

असो. एकूण बंकटलालचं घर आता शेगावमध्ये मंदिर बनलं होतं. रोज लोक दर्शनाला येत. बंकटलाल आपला संसार, दुकान सांभाळून महाराजांची काळजी घेत होता. येणाऱ्या लोकांशी महाराजांच्या इच्छेनुसार त्यांची भेट घडवून देत होता. त्याच्या मदतीला आणखीही काही भक्त आपापली कामं सांभाळून महाराजांची सेवा करीत होते.

असेच एकदा महाराज निवांत बसले होते. समोर भक्तांची बरीच गर्दी होती. महाराज कधीच फार बोलत नसत. प्रवचनं देत नसत. त्यांच्या सहवासातून, कृतींतून लोकांना आपोआप ज्ञान मिळत असे. त्या गर्दीत एका कोपऱ्यात एक बैरागी बसला होता. त्यानं भगवी कफनी घातली होती. त्याच्या डोक्याला भगवं कापड आणि काखेत एक झोळी होती. तो काशीहून आला होता. काशीमध्ये असताना त्याने नवस केला होता, की माझी आवडती वस्तू मी महाराजांना अर्पण करेन. त्याची आवडती वस्तू कोणती होती? तर गांजा! कडाक्याच्या थंडीमध्ये शरीरात ऊब निर्माण व्हावी म्हणून कधीतरी बैरागी लोक गांजा ओढतात. त्याने नवस केला खरा, पण आता इथे सगळ्या लोकांमध्ये महाराजांना ही वस्तू देताना त्याला लाज वाटू लागली. म्हणून संकोचून तो कोपऱ्यात बसला होता. कुणाचंच त्याच्याकडे लक्ष नव्हतं. पण महाराज अंतर्ज्ञानी! त्यांनी भक्तांना सांगितलं, ''कोपऱ्यात काशीचा बैरागी बसलाय, त्याला आणा.''

थोडं संकोचतच बैरागी पुढे आला. त्यानं महाराजांना साष्टांग नमस्कार घातला. महाराज म्हणाले, ''हां, आता काढ ती पाटोळी आणि दे.''

तो पुन्हा अडखळला.

''नवस करताना लाज नाही वाटली. मग आता का लाजतोस?''

लोकांना कळेना, असं काय आणलं आहे यानं, की ते देताना त्यालाच अवघडल्यासारखं वाटतंय? तोवर त्यानं झोळीतून गांजा आणि चिलीम काढली.

ती महाराजांच्या हातात देत तो म्हणाला, ''महाराज, मी अजाण लेकरू आहे. माझा एवढा हट्ट पुरवा. माझी आठवण म्हणून ही चिलीम कायम तुमच्याजवळ ठेवा.''

महाराज क्षणभर घोटाळले. त्यांनी विचार केला आणि मग ती चिलीम त्यांनी स्वीकारली. देहाच्या कुठल्याच गरजा उरल्या नसल्यामुळे अशा निरिच्छ वृत्तीच्या संतांना व्यसन लागण्याची सुतराम शक्यता नव्हती. पण भक्ताच्या इच्छेसाठी त्यांनी ही चिलीम जवळ केली.

माणसं फक्त कृती बघतात; संत त्या कृतीमागची भावना बघतात. कधीकधी तीर्थक्षेत्राला गेल्यावर आपण आपली आवडती वस्तू देवाला अर्पण करतो आणि मग कायमची सोडतो. या बैराग्याला गांजा कायमचा सोडायचा असेल म्हणून त्याने तो महाराजांना अर्पण करून टाकला असेल आणि महाराज स्वत: तर व्यसनाधीन होण्याची शक्यताच नाही; पण बैराग्याचं व्यसन यामुळे सुटणार असेल, तर महाराजांनी ती चिलीम स्वीकारली असेल.

बंकटलालच्या घरी महाराज येऊन आता बरेच दिवस झाले होते. लोकांचे नित्यनेम सुरू होते. एके दिवशी बंकटलालनं आपल्या वडिलांना विचारलं, ''जानरावकाका बऱ्याच दिवसांत दिसले नाहीत.''

जानरावकाका म्हणजे त्यांच्या शेजारचे जानराव देशमुख. भवानीराम म्हणाले, ''ते कसले दिसतायत आता! असाध्य आजारानं ग्रासलंय त्यांना. वाचण्याची आशाच नाही खरं म्हणजे...''

तेवढ्यात देशमुखांच्या घरातून एक माणूस धावत आला. म्हणाला, ''शेवटची घरघर लागली आहे हो जानरावांना! घोंगड्यावर काढून ठेवलंय त्यांना. डॉक्टरी इलाज सगळे संपले. आता एकच आशा आहे, महाराजांचं चरणतीर्थ द्यावं.''

बंकटलाल विचारात पडला. महाराजांना चरणतीर्थ देण्याची इच्छा आहे की नाही हे कळणार कसं? त्यांची इच्छा नसेल, तर आपण कसा आग्रह करायचा, असं त्याला वाटलं. त्यानं सांगितलं, ''माझ्या वडिलांना विचारा. ते महाराजांना सांगू शकतील कदाचित.''

भवानीराम उठले. एका भांड्यात पाणी घेऊन त्यांनी महाराजांच्या पायाचा अंगठा त्यात बुडवला आणि सांगितलं, ''जानरावांना देतो.'' महाराजांनी संमतिदर्शक मान डोलावली. भवानीरामांनी जानरावांना महाराजांचं चरणतीर्थ दिलं. त्यांची घरघर

हळूहळू थांबली आणि श्वास नीट चालू लागला. दिवसामागून दिवस जात होते आणि मृत्यूच्या दारातून परतलेले जानराव आता तब्येतीनं सुधारत होते. एके दिवशी ते स्वतःच्या पायांनी चालत महाराजांच्या दर्शनाला आले.

हा प्रसंग वाचताना अशाच प्रकारच्या इतर प्रसंगांची आठवण येते. पहिला प्रसंग - गौतम बुद्धांकडे एक वृद्ध स्त्री आपल्या मुलाच्या मृत्यूचा शोक करत येते आणि त्याला वाचवण्याची प्रार्थना करते; तेव्हा ते तिला असं घर शोधायला सांगतात, ज्या घरात मृत्यूच झाला नाही. अर्थातच तिला असं घर मिळत नाही आणि मृत्यूची अपरिहार्यता तिला कळते. दुसरा प्रसंग - साईबाबांनी त्यांची भक्त बायजाबाई हिला मृत्यूपासून सोडवलं नव्हतं. एवढंच काय, पुढे खुद्द गजानन महाराजांनीही आपल्या शिष्याला मृत्यूपासून सोडवलं नाही. असं म्हणतात की, मृत्यू हा निसर्गनियम आहे आणि संत निसर्गनियमांमध्ये हस्तक्षेप करत नाहीत. मग जानरावांच्या मृत्यूच्या वेळी महाराजांनी त्यांना का वाचवलं असेल? महाराजांच्या चरित्रावर, 'श्री गजानन विजय' ही प्रासादिक पोथी लिहिणाऱ्या पू. दासगणू महाराजांनी याचं उत्तर मोठं छान दिलं आहे. ते म्हणतात, ''मृत्यू तीन प्रकारचे असतात. एक आध्यात्मिक मृत्यू. म्हणजे एखाद्या व्यक्तीचं ईश्वरानं ठरवलेलं जितकं आयुष्य असतं, ते संपलं की मृत्यू येतो. यामध्ये कुठलेही संत ढवळाढवळ करत नाहीत. हा मृत्यू टाळताच येत नाही. दुसरा आधिभौतिक. म्हणजे या मृत्यूचं कारण शारीरिक असतं. ते डॉक्टर किंवा वैद्य यांच्या योग्य उपचारांमुळे संपतं आणि मृत्यू टळतो. तिसरा आधिदैविक. याला गंडांतर म्हणतात. अशा प्रकारचा मृत्यू संतकृपेमुळे टळतो. जानरावांचा मृत्यू गंडांतर स्वरूपाचा होता. जो महाराजांच्या कृपेने टळला.''

चमत्काराला नमस्कार

श्री गजानन महाराजांसारखे संत जेव्हा चमत्कार करतात, तेव्हा चमत्कार दाखवणे हा त्यांचा हेतू कधीच नसतो. त्यांच्याकडून लोककल्याणाकरिता आणि कल्याणापुरतेच ते होतात. तुकाराम महाराजांनी म्हटल्याप्रमाणे 'बुडती हे जन, न देखवे डोळा' अशी संतांची भूमिका असते. लोकांच्या उद्धारासाठी ईश्वरेच्छेनं त्यांनी देह धारण केलेला असतो. त्यामुळे कोणतीही उपाधी त्यांना नको असते. गजानन महाराजांनाही ती नको होती. त्यांचे सारे शिष्यही तसेच त्यांच्या भक्तीत रमलेले होते. पण सगळी माणसं सारखी नसतात. अशा महान योग्यांपाशी आपापल्या पूर्वसंचितामुळे लोक येतात. या दिव्य विभूतींच्या सहवासात आल्यावर आपण त्यांच्याकडून काय बोध घेतो, हे महत्त्वाचं असतं. पण हा विवेक फक्त भाग्यवंतांजवळ असतो. बहुतेक लोक त्यांच्या आशीर्वादानं आपला प्रपंच व्यवस्थित व्हावा अशा ऐहिक इच्छा बाळगतात. अर्थात ते लोकही सद्गुरूंच्या पायाशी श्रद्धेनं राहू शकतात. गुरू त्यांना आश्रय देतात. पण काही लोक मात्र सद्गुरूंचे चेले म्हणवून घेऊन स्वतःचं प्रस्थ माजवू पाहतात. त्यांचा दंभ, स्वार्थ हे गुरूंना कधीच सहन होत नाही.

गजानन महाराजांकडे विठोबा घोटाळे या नावाचा एक माळी नित्य येत असे. हळूहळू तो त्यांच्या सेवेत दाखल झाला. महाराजांशी विनम्रपणे वागत असे. पण बाहेर मात्र त्यानं स्वतःचं प्रस्थ माजवलेलं होतं. मीच महाराजांचा अत्यंत प्रिय शिष्य आहे, माझ्याशिवाय महाराजांचं पानही हलत नाही, अशी त्यानं स्वतःची प्रसिद्धी सुरू केली. लोकांनाही हळूहळू वाटायला लागलं, की महाराज याच्या आज्ञेबाहेर

नाहीत. एका संध्याकाळी गावातल्या पारावर चार लोक शिळोप्याच्या गप्पा मारत बसले होते. कामधाम नसलेला विठोबा घोटाळे तिथेच होता. एव्हाना महाराजांजवळ राहून त्यांच्यासाठी भक्तांनी आणलेला प्रसाद खाणं, इतर शिष्यांवर अरेरावी करणं हे त्याचे प्रकार सुरूच होते. महाराजांना ते कळत नव्हतं असं नाही, पण एखादी व्यक्ती दुसऱ्या व्यक्तीच्या, अगदी संतांच्याही सहवासात किती राहणार हे त्यांच्या ऋणानुबंधानुसार ठरलेलं असतं. ऋणानुबंध संपला, की समुद्राच्या एका लाटेनं एकत्र आलेले ओंडके दुसऱ्या लाटेनं दूर जावेत आणि पुन्हा भेटू नयेत, तशा प्रकारे माणसं दूर जातात. अंतर्ज्ञानी महाराजांना त्याचं पूर्वसुकृत माहीत असणार. ते संपेपर्यंत त्याला जवळ ठेवणं कदाचित महाराजांनाही भाग होतं. असा हा विठोबा पारावरच्या गप्पा ऐकता ऐकता एकाएकी डोळे मिटून घुमायला लागला. तोंडानं 'गण गण गणांत बोते' हे भजन सुरू. हुबेहूब महाराजांसारखे हातवारे करू लागला. त्या भोळ्या लोकांमध्ये कुजबुज सुरू झाली.

''आरं, विठ्याच्या अंगात महाराज आले.''

झालं! एकच गलका सुरू झाला. काही काळापूर्वी ज्या लोकांचं बोलणं विठोबानं ऐकलं होतं, त्याला जवळ घेऊन विठोबा म्हणाला, ''का रे? पोरीचं लग्न होत नाही ना? मठात अकरा रुपये ठेव. पेढ्याचा नैवेद्य ठेव. असं अकरा गुरुवार कर.'' बिचारा त्रासलेला पोरीचा बाप 'व्हय महाराज... व्हय' करत पेढे आणायला पळाला.

आणि मग हे असं अधूनमधून घडायला लागलं. महाराज कधी मठात नसले, कधी समाधीत असले, की लोक विठोबाकडून कामं करून घ्यायला लागले. बघता बघता विठोबाच्या पापांचा घडा भरला. एकदा महाराज निजले होते. त्याच वेळी काही परगावची माणसं मठात आली. 'महाराजांचं दर्शन हवं' म्हणू लागली. सेवेकरी शिष्यानं सांगितलं, ''महाराज निजले आहेत. आता दर्शन होणार नाही.''

''कधी उठतील?'' पाहुण्यांनी विचारलं.

''तसं काही सांगता येत नाही? ते कधी निजूनच राहतात, तर कधी अजिबात निजत नाहीत.''

''त्यांना उठवता नाही येणार का?''

''अहो असं कसं? त्यांची झोप म्हणजे आपल्यासारख्याच्या झोपेसारखी नाही. झोपेतही ते शरीर इथं ठेवून कुणाच्या तरी हाकेला धावून जात असतील. कुठं

देवाशी बोलत असतील. साधं जागणं आणि झोपणं याच्या पलीकडचं आहे ते! त्यांच्या झोपण्यालासुद्धा काहीतरी अर्थ, कारण आहे!''

असं बरंच बोलणं चाललं होतं. तेवढ्यात विठोबा तिथे आला. काय झालं म्हणून चौकशी करू लागला. एकूण प्रकरण कळल्यावर म्हणाला, ''एवढंच व्हय? अवं, तुमचं नशीब थोर म्हणून माझी-तुमची भेट झाली बघा. महाराजांना माझ्याशिवाय दुसरं कोन वळखतंय?'' असं म्हणून तो आत गेला आणि त्यानं महाराजांना चक्क हलवून उठवलं. त्या परगावच्या माणसांची आणि महाराजांची भेट झाली. ही अशी भेट हे त्यांचंही नशीब! परगावची मंडळी गेल्यावर मात्र महाराजांनी जवळची एक काठी घेतली आणि विठोबाला चांगलं सडकून काढलं. त्याला इतकं मारलं, की विठोबा तिथून पळून गेला आणि पुन्हा शेगावच्या परिसरात दिसलाच नाही.

संत जे चमत्कार दाखवतात, त्यांवर नेहमी आक्षेप घेतला जातो. समाज त्यांच्याकडे संशयाच्या दृष्टीनं पाहतो, कारण असे बुवा समाजात असतात. पण हेही खरं आहे ना, की नक्कल नेहमी सोन्याची केली जाते. पितळ चमकवून सोनं म्हणून खपवलं जातं. विवेकी लोकांना त्यांतला फरक कळतो. संतांच्या जवळ अविवेकाची काजळी तग धरू शकत नाही. आजपर्यंत सगळ्या संतांनी बुवाबाजी, भोंदूपणा यांचा विरोधच केला आहे. गजानन महाराजांनी शेगावला लागू पाहणारी बुवाबाजीची कीड कायमची काढून टाकली.

बघता बघता वैशाख सुरू झाला. विदर्भातला वैशाख! ऊन मी म्हणतं तिथे या दिवसांत. याच वैशाखात अक्षय्य तृतीया हा सण येतो. तसा महाराष्ट्रात सगळीकडेच हा महत्त्वाचा सण. चैत्रागौर महिनाभर राहून आता परतणार असते. गौरीसाठी हरभऱ्याची डाळ, पन्हं, जेवणात पुरणावरणाचा स्वयंपाक बहुतेक घरी असतो. हा साडेतीन शुभ मुहूर्तांपैकी अर्धा मुहूर्त मानतात. अर्धा यासाठी, की ही पितरांचीही तिथी आहे. विदर्भात पितरांप्रीत्यर्थ लोकांना जेवायला घालण्याची पद्धत आहे. याच दिवसांत नवी चिंच आलेली असते. त्याचं चिंचवणं जेवणात असतं. घरोघरी अशी सणाची गडबड चाललेली होती. महाराज आजूबाजूच्या लहान मुलांबरोबर गोट्या खेळत होते. मुलांची अंतःकरणं कोमल, निष्पाप असतात. त्यांत डावपेच, लपवाछपवी नसते. त्यामुळे संत मुलांमध्ये रमतात. पण वरवर असे गोट्या खेळत

असले, तरी महाराजांना आज एक विशेष कार्य करायचं होतं. खेळता खेळता ते मुलांना म्हणाले, ''बराच वेळ झाला, मी चिलीम प्यायलो नाही. जा बरं... जरा ही चिलीम पेटवून आणा.'' मुलंच ती. असे काही उद्योग करायला मिळाले की खूश होत. उड्या मारत ती वानरसेना निघाली, पण चिलीम पेटवायला विस्तव मिळेना. सकाळची वेळ. तितक्यात बंकटलालने मुलांना इकडे तिकडे हिंडताना बघून विचारलं, ''काय पोट्ट्यांनो, काय पळापळी चाललीये रे?''

''काका, महाराजांना चिलीम प्यायची हाय. पेटवायची हाय.''

''मग?''

''पन इस्तू न्हाई ना? कुनाकडंच चूल पेटली न्हाई अजून.''

बंकटलालही क्षणभर थांबला आणि मग म्हणाला, ''अरे, त्या जानकीरामकडे जा ना. त्याचा सोनाराचा धंदा आहे. दुकान उघडलं, की बागेसरी पेटल्याशिवाय कामच होत नाही त्याचं.''

''खरंच की...'' म्हणत मुलं उड्या मारत तिकडे पळाली. बंकटलाल महाराजांजवळ जरा बसला.

जानकीरामाकडे मुलांनी विस्तव मागितला. दुकान उघडून कारागिरीचं काम सुरू झालं होतं. सोनं विस्तवात उजळून निघत होतं. जानकीरामांची गडबड सुरू होती. त्यात मुलांची मागणी ऐकून तो वैतागला.

''ए, विस्तव काय मागता रे सणासुदीला? जा पळा... काही मिळणार नाही.''

''अवं काका, इस्तू आमच्यासाठी न्हाई मागत. महाराजास्नी पाहिजे. परत्येक्ष द्येव आहेत म्हनत्यात ते. त्यांना काही दिल्यानं तुम्हाला पुण्यच लागंल.''

''कायतरी खुळचटपणा! तो एक नंगा गावात फिरतो. कुठं बी बसतो. काहीबी खातो. काहीतरी निरर्थक बडबडतो आणि अख्खं गाव लागलंय त्या येड्याच्या मागे! जा मिळणार नाही विस्तव.''

''अहो काका, पण...''

''नाही म्हटलं ना! ते जालिंदरनाथपण चिलीम पीत होते. पण असे घरोघरी विस्तव मागत हिंडत नव्हते. चला फुटा... गिऱ्हाइकं यायच्या वेळेला गर्दी करू नका. रिकामटेकडे कुठले!''

मुलं नाराज झाली. एकतर आपल्यात खेळणारे महाराज मुलांना खूप आवडायचे. घरातल्या मोठ्या माणसांची त्यांच्यावर श्रद्धा होती. त्यामुळे मुलांचीही

होती. त्यांना नावं ठेवल्यामुळे त्यांची मनं दुखावली. शिवाय महाराजांचं काम आपण करू शकलो नाही, ही खंत होतीच. तोंडं पाडून ती परत आली. बंकटलालनं विचारलं, ''काय झालं रे?'' मुलांनी सगळं सविस्तर सांगितलं. महाराजांच्या चेहऱ्यावर एक प्रसन्न हसू उमटलं. एका जीवाच्या मनात श्रद्धा निर्माण करण्याची वेळ आली आहे. ईश्वराविषयी श्रद्धेच्या आड येणारा अहंकार दूर करायचा आहे. हाच तो क्षण! हे लक्षात येऊन महाराज हसले आणि मुलांना म्हणाले, ''जाऊ दे! आपल्याला नकोय त्याचा विस्तव. बंकटलाल, जरा काडेपेटी आण.''

''आणतो महाराज. पण अशी काडी ओढून चिलीम पेटवत बसायची तर...''

''तू आण तरी...'' महाराज म्हणाले.

बंकटलालने आत जाऊन काडेपेटी आणली. महाराजांनी चिलीम धरली आणि म्हणाले, ''बंकटलाल, चिलमीवर काडी धर.'' बंकटलाल काडी घासायला लागला.

महाराज म्हणाले, ''घासू नको, नुसतीच धर चिलमीवर.''

बंकटलालनं तसं केलं आणि त्या नुसत्या धरलेल्या काडीच्या खाली चिलीम आपोआप पेटली. मुलं टाळ्या वाजवू लागली. बंकटलालचे हात आपोआप जोडले गेले. त्यानं ओळखलं, महाराजांनी योगाग्नी चेतवला होता.

दुपारची वेळ झाली. एव्हाना जानकीरामला एका मुलानं हा महाराजांचा चमत्कार मुद्दाम जाऊन सांगितला. वरवर काहीच झालं नाही असं त्यानं दाखवलं खरं, पण मनातून त्याला किंचित अपराधी वाटत होतं. साधा विस्तवच तर द्यायचा होता. आपण दिला तर नाहीच, पण त्यांची यथेच्छ निंदा केली. मुलं म्हणतात तसा त्यांनी खरंच आपोआप विस्तव पेटवला असेल, तर नक्कीच ते योगी असतील. तरी मनातला हा विचार झटकून तो घरी गेला. जेवायला माणसं आली होती. पंगत बसली होती. पाटांसमोर छान केळीची पानं, डाव्या हाताला पाण्याचे पेले, मध्ये लावलेल्या उदबत्त्या मन प्रसन्न करीत होत्या. हिरव्यागार पानांवर डावीकडे लोणची, चटण्या, उजवीकडे दोन भाज्या, मधोमध वरण-भाताची मूद, पापड-कुरडया सजल्या होत्या. मंडळी पानावर बसली आणि... आणि द्रोणात पाहिलं तर काय? चिंचवण्यात घाणेरड्या अळ्या वळवळताना दिसत होत्या. 'ईऽऽ' म्हणून लोक पाटावरून उठले. एकाला तर ते दृश्य बघून उलटीची भावना झाली. जानकीराम घाबरला. माझ्या घरी आलेले हे अतिथी न जेवता उपाशी जाणार? आता मात्र त्याची खात्रीच पटली. सकाळी त्या महान योग्याची आपण निंदा केली, त्याचंच हे फळ!

तो धावत बंकटलालकडे आला. सगळी हकीकत सांगितली. प्रथम बंकटलालला हे खरंच वाटेना. तो म्हणाला, ''अरे, चिंच बघून घेतली होती का? चिंचोळ्यांनाच कीड लागली असेल. नजरचुकीनं तसेच वापरले गेले असतील.'' पण जानकीराम म्हणाला, ''नाही हो. हवं तर घरी येऊन बघा. चांगल्या चिंचोळ्यांचा ढीग पडला आहे. चिंचही नवीच होती. ही नक्कीच महाराजांची अवकृपा. मला तुम्हीच त्यांच्या पायावर घाला.'' तो गयावया करू लागला. बंकटलाल जानकीरामला घेऊन महाराजांपाशी गेला. त्याने साष्टांग दंडवत घालून क्षमा मागितली. महाराजांनी त्याला उठवलं. मग म्हणाले, ''अरे, कोण म्हणतं तुझ्या चिंचवण्यात अळ्या आहेत म्हणून? घरी जा आणि नीट बघ बरं... बघ कसं छान स्वच्छ, ताजं आणि चविष्ट आहे ते.'' जानकीरामनं येऊन पाहिलं. खरोखर चिंचवण्यातल्या अळ्या गायब झाल्या होत्या. सगळ्या लोकांनी हे पाहिलं. एकदा महाराजांनी चांगलं म्हटलेल्या पदार्थाला कोण नावं ठेवणार? सगळे मग छान जेवले. अक्षय्यतृतीया साजरी झाली. जानकीराम महाराजांचा भक्त झाला.

पण महाराजांनी आपले भक्त वाढवण्यासाठी हा चमत्कार केला नव्हता. कुणाचीही निंदा करणं वाईटच! विशेषतः माणसाच्या बहिरंगावरून त्याची परीक्षा करणं, त्याला जोखणं हे चुकीचं आहे; हेच त्यांनी दाखवून दिलं. जानकीराम तसा साधा माणूस! दुरात्मा नव्हे. त्याला त्याच्या या दुर्गुणापासून दूर करून महाराजांनी आणखी शुद्ध बनवला.

मार्ग दाखवती सद्‌गुरू

महाराज फारसे बोलत नसत. प्रवचन देण्याचा त्यांचा स्वभाव नव्हता. खरं तर सद्‌गुरूंच्या जवळ नुसतं बसलं, तरी आयुष्य बदलतं. आपल्या प्रत्येकाच्या मनात जे काही विचार असतात, त्या विचारांच्या लहरींची कंपनं आपल्या भोवतीच्या लोकांना स्पर्शून जातात आणि तसा आपलाही सकारात्मक किंवा नकारात्मक प्रभाव लोकांवर पडत असतो. मग जे साक्षात ब्रह्माशी एकरूप झाले आहेत, त्यांच्या अस्तित्वाचा केवढा प्रभाव लोकांवर पडत असेल. त्यामुळे लोक फक्त महाराजांभोवती राहत. महाराज कधी थोडं बोलत, कधी भजनाची ओळ गुणगुणत तर कधी मुखानं 'गण गण गणांत बोते' हा मंत्र चाललेला असे. आजही महाराज असेच बसलेले होते. आजूबाजूला कुणी स्वच्छता करत होतं, कुणी चिलीम भरत होतं. तेवढ्यात महाराज जवळच बसलेल्या चंदू मुकीनला म्हणाले, ''चंदू, तुझ्या घरचे कानवले खावेसे वाटतायत रे...''

चंदूचा आनंद गगनात मावेना. अक्षय्यतृतीयेला कानवल्यांचा नैवेद्य घरी देवाला दाखवला होता, तेव्हाच त्याला वाटलं होतं, की त्यातले थोडे महाराजांना द्यावेत. पण त्या दिवशी महाराजांपुढे पदार्थांचा हा ढीग दिसला. महाराज खाणार थोडंसंच... बाकी वाटणार. त्यात आपल्या कानवल्यांची वर्णी कुठे लागणार? म्हणून तो गप्प बसला होता. आता महाराजांनी आपण होऊन कानवले मागितले. लगबगीनं उठत तो म्हणाला, ''हा आलो महाराज... आत्ता कारभारणीला कानवले करायला सांगतो.''

''अरे, करायला कशाला सांगतोस? त्या उतरंडीतल्या मडक्यात दोन कानवले आहेत बघ. तेच आण.''

''उतरंडीतल्या मडक्यात?... अवं महाराज, कानवले केलेल्याला म्हयना उलटून गेला. आता कुठले असायला? पण तुम्ही त्याचा कशाला इचार करताय? मी आत्ता तुम्हाला ताजं कानवलं आणतो.''

''अरे! घरी असताना वेगळे कशाला करतोस? त्या मडक्यातलेच आण.''

महाराजांच्या या आदेशानं चंदू मुकीन क्षणभर बावचळून उभा राहिला. मग त्याला बाकीचे मित्रच म्हणाले, ''आरं जा की गड्या! महाराज म्हनतायत तर बघ तरी जरा घरात.''

चंदू घरी गेला. बायकोला सांगितलं की महाराजांनी आपल्याकडे कानवले मागितलेत. तीही आनंदानं हरखून गेली. उत्साहानं म्हणाली, ''अवं, केवढं भाग्य हे! आत्ता ताजे कानवले करते बघा. घरात सगळं सामानसुद्धा हाय. तुम्हाला काही बाजारात जावं लागणार नाही.''

तेवढ्यात तिला थांबवत चंदू म्हणाला, ''मला ठावं आहे ते. पण महाराजांनी आखातीला केलेले कानवले मागितलेत.''

''ते आता कुठून असणार?''

''आपली ती मडक्यांची उतरंड नाही का? त्यात आहेत म्हणाले ते.''

चंदूची बायको विचारात पडली. मग काहीतरी आठवून म्हणाली, ''खरंच की! मी त्या मडक्यातच ठेवले होते कानवले. पण असले, तरी आता इतके दिवसांत त्यांना बुरशी येऊन त्यांचं काय झालं असेल कोण जाणे.''

असं बोलत ती उतरंडीकडे गेली. मधल्या एका मडक्यात खरंच दोन कानवले होते. मुख्य म्हणजे, ते अजिबात खराब झाले नव्हते. थोडे सुकले होते, पण खाण्यासारखे होते. ते घेऊन चंदू पळतच महाराजांकडे आला. त्यांना कानवले देऊन त्यानं साष्टांग नमस्कार घातला.

जे भक्त असतात, त्यांना सद्‌गुरूंच्या कृतीचा अर्थ कळतो. तिथे असलेल्या सगळ्यांच्या लक्षात आलं की, सद्‌गुरू सदैव, सर्वत्र वास करतात. त्यांच्या अस्तित्वाला स्थळ-काळाचं बंधन नाही. ते तुमच्या आमच्या मनात, घरात, तिथल्या कणाकणात असतात. तसे ते चंदूच्याही घरी होते. म्हणूनच त्यांना मडक्यात ठेवलेले कानवले माहीत होते. सद्‌गुरूंपासून काहीही लपत नाही.

आणखीही एक गोष्ट भक्तांना त्या दिवशी कळली. सद्गुरूंची कृपा होण्यासाठी फार वेगळं काही करायला लागत नाही. पूर्ण भक्तिभावानं केलेली साधी कृती पुरेशी असते. आपण जे खाऊ ते आपल्या घरी तयार होणारं रोजचं साधं किंवा अगदी शिळं उरलेलं अन्न सद्गुरूंना, ईश्वराला श्रद्धेनं मनोमन अर्पण केलं, की झाला नैवेद्य! महत्त्वाची असते ती भक्ती, श्रद्धा! कसलंही अवडंबर करायची गरज नसते.

एके दिवशी एक ब्राह्मण दमून-भागून महाराजांच्या दर्शनाला आला. बंकटलालनं त्याला पाहिलं. साठी ओलांडून गेलेला देह थकला होता. सगळं काही गमावून, हरवून गेल्यानंतरची पराभूतता त्याच्या चेहऱ्यावर होती! बंकटलालनं सहज चौकशी केली तसा तो मनुष्य बोलायला लागला, ''मी चिंचोली गावाहून आलोय. माझं नाव माधव. लहानपण खेळण्यात गेलं. तरुणपण प्रपंचात. सगळा जीव प्रपंचात गुंतलेला. दुसरं काही दिसतंच नव्हतं म्हणा ना! पैसे मिळवायचे, घर प्रपंच मांडायचा, बायको-मुलांमध्ये रमायचं, हेच केलं आयुष्यभर. देवाचं नाव म्हणून कधी तोंडात आलं नाही. माझी बायको, माझी मुलं, माझं घर, माझा प्रपंच, माझा पैसा... फक्त 'मी' आणि 'माझं'...'' बोलताना त्याला धाप लागली.

बंकटलालनं पाणी दिलं. विचारलं, ''मग आता इकडे कुठे?''

''बायको गेली. मुलं चांगली होती. दैववशात तीही गेली. घरातल्या चीजवस्तूही मातीमोल झाल्या. मी अगदी पार एकटा पडलो. हातपाय थकले. आता एका मृत्यूशिवाय दुसरी कसलीच इच्छा उरली नाही. गजानन महाराजांबद्दल खूप ऐकलंय. त्यांनी आता मला मुक्ती द्यावी म्हणून इकडे आलो आहे.''

बंकटलालनं त्याला महाराजांकडे आणलं.

महाराजांनी त्याला आपादमस्तक न्याहाळलं. त्याचा हाच जन्म काय, मागचे सगळे जन्मसुद्धा त्यांना दिसलेच असतील की... माधवनं लोटांगण घालून महाराजांना सगळं पुन्हा निवेदन केलं.

महाराज म्हणाले, ''सुख होतं, तेव्हा थोडीही आठवण आली नाही ना देवाची? आणि आता सगळं संपल्यावर आलास. अरे, आपण जेव्हा शेजारपाजारच्या लोकांशी बोलतो, ख्यालीखुशाली विचारतो, तेव्हा आपली त्यांच्याशी ओळख होते. त्यामुळेच मग कधीतरी अडचणीच्या वेळी हाक मारली, की ते धावून येतात. आवाजच ओळखीचा नसेल, तर कोणीच मदतीचा हात देत नाहीत. रोज देवाचं नाव

घेऊन तुझा आवाज देवापर्यंत पोहोचवला असतास, तर ही वेळ आली नसती?'' पण माधव बाकी काही ऐकण्याच्या मनस्थितीत नव्हता. तो म्हणाला, ''मला ते काही कळत नाही महाराज. पण आता मात्र मी अन्नपाण्याचा त्याग करून तुमच्या पायाशी बसणार.''

तो खरोखरच नारायणाचं अखंड नामस्मरण करीत अन्नपाण्याचा त्याग करून बसून राहिला. एक दिवस गेला, दुसरा गेला. आता महाराजांनी त्याची थोडी मजा कराची ठरवली. रात्री त्याच्यासमोर ते अक्राळविक्राळ यमाचं रूप घेऊन उभे राहिले. आता माधवची बोबडी वळली. भीतीनं त्याचे हातपाय थरथरू लागले, तो सैरावैरा धावू लागला. शेवटी त्याची अवस्था बघून महाराज त्यांच्या नेहमीच्या सौम्य रूपात परत आले आणि म्हणाले, ''बघ. यमलोकाचं क्षणभर दर्शनसुद्धा तुला सहन झालं नाही. तिथे तर पळून जाणंही शक्य नाही. उगाच अन्नपाण्याचा त्याग करून 'मरतो, मरतो' म्हणू नकोस. झाडाला जसं रोज थोडंथोडं पाणी घालायचं असतं, तशी उपासनाही रोज करावी लागते. सगळी पानं गळून गेल्यावर हंडाभर पाणी एकदम नसतं घालायचं. त्याने फायदा होण्याऐवजी नुकसान होतं. असा आततायीपणा करू नकोस. उठ, सोड हा हट्ट!''

पण माधव म्हणाला, ''खरं आहे, महाराज. माझी चूक झाली. पण काही पूर्वसुकृत गाठीशी असेल, म्हणून आपली भेटही झाली ना... संतांच्या दर्शनानं पातकांच्या राशी जळतात. मला वाचवा, यमलोक दाखवू नका. सद्‌गती द्या. आता मला आणखी जीवन नको.''

महाराज हसले. माधवचं खरोखरीच काही पूर्वसुकृत असेल, त्याला आत्ता झालेला अनुताप अत्यंत खरा असेल. महाराजांनी त्याला आशीर्वाद दिला. त्याच्या या जन्मातल्या चुकांपेक्षा मागच्या जन्मांतली पुण्यं अधिक असणार. 'तुझे जन्म-मरण चुकले' असा आशीर्वाद महाराजांनी त्याला दिला आणि माधवने नारायणाच्या नामस्मरणात महाराजांच्या पायाशी देह ठेवला.

गजानन महाराज सर्वांना जीवन-मृत्यूच्या प्रवासात मार्गदर्शन करणारे सद्‌गुरू होते आणि 'गुरुः साक्षात परब्रह्म' ही आपली श्रद्धा आहे. परब्रह्माची निःश्वासिते म्हणजे वेद! वेदांच्या उच्चारात विलक्षण सामर्थ्य आहे. त्या मंत्रांमध्ये वातावरणाची, देहाची, मनाची शुद्धी करण्याचं सामर्थ्य आहे. मंत्रोच्चारांच्या लहरींची कंपनं मोजून

ते विज्ञानानं आता मान्य केलं आहे, असं वाचायला मिळतं. शेगावचा परिसर अशा सामर्थ्यसंपन्न वैदिक मंत्रांनी भारून टाकावा असं महाराजांना वाटलं असणार. त्यांनी एकदा आपल्या शिष्यांना सांगितलं, ''आपण इथे मंत्रजागर करू या. जाणते वैदिक ब्राह्मण बोलवा. त्यांना पन्हं, पेढे, कैरीची डाळ द्या. दक्षिणा द्या. इथे वेदमंत्रांचे उच्चार होऊ देत.''

शिष्य तयार झाले. पण शेगावसारख्या खेड्यात वैदिक ब्राह्मण आणायचे कुठून? महाराज म्हणाले, ''ब्राह्मण येतील, तुम्ही तयारी करायला लागा.''

दुसऱ्या दिवशी खरोखरच काही वैदिक ब्राह्मण प्रवास करीत शेगावात आले. त्यांनी महाराजांसमोर मंत्रजागर केला आणि दक्षिणा घेऊन संतुष्ट होऊन पुढच्या गावाला गेले.

खरं तर, प्रत्यक्ष महाराजांना कुठलं ज्ञान नव्हतं? वेदमंत्र तर तेही म्हणून शकले असते ना! पण त्यांनी स्वतः ते म्हटले नाहीत. एक तर कुणाचीही 'निर्वाह वृत्ती' म्हणजे उपजीविकेचं साधन काढून घेऊ नये. वेदसंपन्न ब्राह्मणांच्या उपजीविकेचं साधन काढून घ्यायचं नाही. ज्यांचं काम त्यांनाच करू दे, म्हणून महाराजांनी शक्य असूनही स्वतः मंत्र म्हटले नसावेत. दुसरं कारण असंही असावं... वेदांचं महत्त्व अधोरेखित करण्यासाठी मंत्रजागर अधूनमधून करावा ही पद्धत शेगावमध्ये महाराजांना रुजवायची असेल. महाराज होते, तोवर ते वेद म्हणत होते. ते गेल्यावर वेद म्हणणार कोण? म्हणून पद्धतच बंद पडली असं व्हायला नको, म्हणूनही कदाचित वेदसंपन्न ब्राह्मण बोलावून मंत्रजागर महाराजांनी करवून घेतला. शेगावमध्ये नंतर वसंतपूजेची ही पद्धतच पडली. महाराजांच्या पश्चातही तिथे वेदघोष होत राहिला.

इथे आणखीही एका गोष्टीची गंमत वाटते. मंत्रोच्चार, त्याच्या ध्वनिकंपनांचा वातावरणावर होणारा परिणाम हा एक महत्त्वाचा भाग आहेच. शिवाय, हे वेदशास्त्र आपल्याकडे शेकडो, हजारो वर्षं चालत आलेले आहे. वेदपठण करणाऱ्या या ब्राह्मणांनीच ते जपलं आहे. लिहिण्याची, छापण्याची कला अस्तित्वात नसताना त्यांनी फक्त मौखिक परंपरेनं, एका अनुस्वाराचाही फरक न करता हे अक्षरवाङ्मय हजारो वर्षं जपलं हे त्यांचं मोठेपण. अशा दिव्य स्मरणशक्तीसाठी देह-मनानं आयुष्यभर व्रतस्थ राहावं लागतं. नियम पाळावे लागतात.

वेदपठण करणाऱ्यांमध्ये कोणी खरा ज्ञानी असता, तर त्याला कळलं असतं, की ज्याच्यासमोर हे पठण चाललं आहे, ते साक्षात परब्रह्म आहे. आता त्याचे पाय

सोडून कुठे जायचं? पण तसा कुणी नव्हता. गजानन महाराजांची खरी ओळख न पटल्यानं दक्षिणा घेऊन ब्राह्मण निघून गेले. पण महाराजांभोवतीच्या साध्या-भोळ्या लोकांनी भक्तीनं हे ज्ञान मिळवलं होतं. त्यांना महाराजांमध्ये परब्रह्माचं दर्शन झालं होतं. 'भक्ती' त्यांच्याकडे होतीच. महाराज त्यांना ज्ञानामृतही देत होते. गीतेमध्ये 'श्रद्धावान् लभते ज्ञानम्' असं म्हटलं आहे. त्याचा हा प्रत्ययच जणू! वसंतपूजेचं हे व्रत बंकटलाल दरवर्षी करीत राहिला. आजही त्याचे वंशज हे व्रत शेगावात दरवर्षी करतात.

गुरुकृपेने टळले गंडांतर...

कोणताही खरा योगी फार काळ लोकांमध्ये राहू शकत नाही. लोकांनी केलेले आदर-सत्कार, दिलेला मान, नानाविध उपचार त्याच्या दृष्टीनं कःपदार्थ असतात. लोकांच्या भक्तीला वाव मिळावा म्हणून तो हे सारं स्वीकारत असतो. लोकांनी केलेल्या मानभंगाचेही त्याला दुःख नसते. तो या साऱ्याच्या पलीकडे गेलेला असल्यामुळे अज्ञानी लोकांनी केलेली निंदा त्याला लहान मुलांच्या निरर्थक बडबडीसारखी वाटते आणि तो त्याच्याकडे दुर्लक्ष करतो.

तुल्यनिन्दास्तुतिर्मौनी सन्तुष्टो येनकेनचित् ।
अनिकेतः स्थिरमतिर्भक्तिमान्मे प्रियो नरः॥

असं यांचं वर्णन भगवद्गीतेत केलेलं आहे.

महाराज सिद्ध होते. त्यांना एकांतात जाऊन साधना करण्याची गरज नव्हती. पण त्यांना एकांत आवडत असणार. लहान मुलांबरोबर खेळूनही कधीतरी कंटाळा येतोच आणि मोठ्या माणसांना आपापली पुस्तकं वाचावीत, आपल्या आपल्या आवडीच्या विषयांत रमावं असं वाटतंच ना, तसंच. महाराजांची तर अवधूत अवस्था होती. स्थल-कालातीत अस्तित्व अनुभवणारी. ते एके दिवशी शेगाव सोडून निघून गेले.

शेगावजवळच्या पिंपळगावकडे जाताना ते एका जंगलात आले. तिथे एक पुरातन शिवमंदिर होतं. गावापासून दूर असलेल्या त्या मंदिरात लोकांची ये-जा नव्हती. सकाळी पुजारी पूजा करून जायचा तितकाच. महाराजांना हे मंदिर, तिथला

एकांत, किर्रर झाडी आवडली. ते मंदिरात ध्यान लावून बसले आणि समाधीमध्ये स्थित झाले. दुपारी त्या जंगलात गुराख्यांची मुलं गुरं घेऊन आली. गुरं चरायला सोडली आणि मुलं इकडे मंदिरात आली. महाराज समाधिस्त असल्यानं दगडी मूर्तीसारखे अचल झाले होते. मुलांनी आश्चर्यानं त्यांच्या नाकपुड्यांखाली हात धरला.

''श्वास तर चालू हाय रं...'' एक जण म्हणाला.

''आरं, मग आपला येवढा गलका ऐकून जागा कसा नाई झाला?''

''भूत असंल काय रं?'' तिसरा जरा घाबरूनच म्हणाला.

''आरं येडा का खुळा तू... शंकराचं मंदिर हाय ह्ये. हितं भूत येईल व्हय?''

''आरं साधू दिसतोय... भुकेला असेल काय रे? पोटात काय नसल्यानं डोळं बी उघडत नसतील.''

''जरा भाकर दे त्येला.''

मग मुलांनी कांदा, भाकरी, एकाकडे असलेली थोडी भाजी महाराजांच्या मुखाशी नेली. पण महाराजांची समाधी उतरेना. शेवटी मुलांनी ठरवलं, साधू जेव्हा जागा होईल तेव्हा होईल आणि हवं असेल तर भाकरी खाईल. मुलं गावात परतली. मोठ्या माणसांच्या कानावर त्यांनी ही गोष्ट घातली. महाराजांचं वर्णन केलं. लोकांना कळलं, की कुणीतरी महान योगी आपल्या गावात आला आहे.

दुसऱ्या दिवशी सकाळी सगळा गाव मंदिरात आला. अजूनही महाराजांची समाधी उतरली नव्हती. आजानबाहू हात तसेच चिन्मयमुद्रेत होते. मांडी बदलली नव्हती, की डोळे उघडले नव्हते. समोर काल मुलांनी ठेवलेली भाकरी जशीच्या तशी होती. लोकांनी महाराजांची पूजा केली. आरती केली. त्यांच्यासमोर भजनं म्हटली. शेवटी सगळ्यांनी ठरवलं, की आपण या साधूला आपल्या गावी नेऊ. मग पालखी आणवली. त्यात महाराजांना उचलून बसवलं. समोर वाद्यं वाजू लागली. वाजतगाजत मिरवणूक पिंपळगावात आली. हळूहळू महाराजांची समाधी उतरली. त्यांनी डोळे उघडले. समाधीमुळे एक अपार, अनिर्वचनीय शांतता भरून राहिली होती. नामरूपाच्या पलीकडचं एक असीम दिव्य अस्तित्व होतं आणि डोळे उघडले तेव्हा अचानक भोवती कोलाहल, वाजणारे टाळ, मृदुंग, झांजा, भजनं... एखादा माणूस किती वैतागून गेला असता. पण महाराजांची बातच काही और... सर्व प्रकारच्या परिस्थितीत चित्ताची स्थिरता जराही न ढळता ते राहू शकत होते. लोकांना

खूप आनंद झाला. शेगावप्रमाणे आपल्याही गावात एक सत्पुरुष आले म्हणून लोक स्वतःला भाग्यवान मानू लागले. महाराजांसाठी तर काय, आपलं-परकं असं काही नव्हतंच. *बांधवाः शिवभक्ताश्च स्वदेशो भुवनत्रयम्* अशी त्यांची अवस्था. ते पिंपळगावला राहिले.

इकडे शेगावची अवस्था कृष्ण निघून गेलेल्या गोकुळासारखी झाली होती. महाराजांच्या सेवेकऱ्यांना दिवस अंगावर यायला लागला. बंकटलालला घर खायला उठू लागलं. कुठे गेले असतील महाराज? का गेले असतील? आपल्या सेवेत काही कमतरता राहिली का? मनात विचारांची गर्दी होत होती. पण करणार काय? महाराज म्हणजे काही चुकलेलं मूल नाही की वासरू नाही, ज्यांना शोधायला कुणाला पाठवावं आणि घरी घेऊन यावं. ते तर त्रिभुवनाचे राजे. जेव्हा जिथे जावंसं वाटेल, तिथे जाणार! म्हणून तोही गप्प होता. रोजचे व्यवहार चालूच होते.

पिंपळगावचा आठवडी बाजार होता. शेगाव आणि पिंपळगावमध्ये छोट्या व्यापारउदिमासाठी लोकांची जा-ये सुरू असायची. त्या दिवशी बंकटलालनं सांगितलं, ''जरा पिंपळगावला जाऊन येतो बाजाराला.''

बाजारात शेगाव आणि पिंपळगावचे लोक एकमेकांना भेटत होते. बोलता बोलता पिंपळगावच्या लोकांनी शेगावच्या लोकांना सांगितलं, ''आता आमच्या गावालाही एक महाराज आले आहेत. असा योगी पूर्वी कधी पाहिला नव्हता बघा.''

कर्णोपकर्णी हे बंकटलालच्या कानावर गेलं. एकूण वर्णनावरून महाराज इथेच असतील असं त्याला वाटलं. तो दर्शनाला गेला आणि महाराजांना बघून त्याला अक्षरशः ब्रह्मानंद झाला. महाराजांच्या पायाला घट्ट मिठी मारून त्यानं प्रार्थना केली, ''महाराज, का सोडून आलात आम्हाला? काही चुकलंमाकलं असेल, तर लेकराला क्षमा करा; पण आपल्या घरी चला माउली. तिथं अन्न गोड लागेना कुणाला. चला महाराज, शेगावला परत चला.''

महाराजांनी शेगावचा त्याग केलाच नव्हता. त्यामुळे ते तयार झाले. आता स्वतः महाराजच जायला तयार झाले म्हटल्यावर काय बोलायचं? पिंपळगावच्या लोकांना काही बोलता येईना. त्यांची आणखीही एक अडचण होती. बऱ्याच लोकांचा सावकार बंकटलालच होता. त्यामुळे त्याला विरोध करणंही शक्य नव्हतं.

महाराज बंकटलालच्या गाडीत बसले. बैलांनी शेगावचा रस्ता धरला.

बंकटलाल आणि महाराजांचं नातं पितापुत्राचं! त्याला किंचित मर्यादापूर्ण का

असेना पण थट्टेची झालरही होतीच. महाराज हसून म्हणाले, ''बंकटलाल, तुझ्या घरी यायची भीती वाटते बाबा.''

''का बरं?''

''अरे, साक्षात देवी लक्ष्मीला कुलुपात बंदिवान करणारा तू. मलाही कुलपात ठेवायचास...''

बंकटलाल हसायला लागला. त्यालाही कळलं होतं, हे मायलेकरांचं खट्याळ चिडवणं चाललं आहे. तो म्हणाला, ''गुरूराया, अहो, ती तर साक्षात आई! देवी! माझ्या कुलपात तिला बांधायची शक्ती कुठली असणार! तुम्ही तिथे होतात ना, म्हणून ती थांबली.''

त्याला म्हणायचं होतं, तुम्ही नररूपी नारायण आहात. जिथे नारायण असतो, तिथे लक्ष्मीचा निवास असतोच.

बोलता बोलता घर आलं. गाडीवानानं कासरा सोडला. महाराज गाडीतून उतरून घरी आले. बंकटलालचं घर पुन्हा एकदा प्रसन्न झालं.

अर्थात महाराजांसारखा सत्पुरुष एके ठिकाणी थोडाच राहणार? पूर्वजन्मी साधना केलेले आणि आता ज्यांना पुन्हा त्या साधनेच्या वाटेवर आणायचे आहे असे जीव महाराजांना अव्यक्त हाका मारत होते. अव्यक्त यासाठी, की ते या जन्मी आपल्या प्रपंचात, सुखात, दुःखात हरवून गेले होते. असेच जगरहाटीप्रमाणे जीवन जाणार अशा कल्पनेत ते समाधानी होते. त्यामुळे ते सद्गुरूंची आठवण काढत नव्हते, ना त्यांच्या दर्शनाची ओढ त्यांना लागली होती. पण गुरूंना माहीत होतं ना, की याचा हा शेवटचा जन्म आहे. मोक्षपदाचा अधिकारी व्हावं एवढी साधना मागच्या जन्मापर्यंत झाली आहे. आता या जन्मीचं थोडं ऋण फिटलं, की जन्ममरणाचा फेरा चुकणार आहे. या जीवांना प्रत्येक जन्मात हात धरून आपणच शिकवलं आहे. आता ही शेवटची परीक्षा दिली की झालं! अशा जीवांजवळ सद्गुरू स्वतः जातात आणि त्यांना आपल्या मार्गावर घेऊन येतात. वाट चुकलेल्या पिल्लाला मांजरी शोधते आणि आपल्या दातात धरून प्रेमानं आपल्याजवळ आणते ना तसं!

काही दिवस शेगावला राहिल्यावर महाराज पुन्हा एकटेच अडगावच्या दिशेने निघाले. नेहमीप्रमाणे लांब लांब ढांगा टाकत वायुवेगानं चालले होते. उन्हाळ्याचे दिवस. वाटेत विहिरी कोरड्या पडलेल्या, नद्यांच्या पात्रांतली वाळू, दगडगोटे दिसत होते. वर सूर्य आग ओकत होता. भर दुपारच्या वेळी महाराज अकोले गावात

पोहोचले. आजूबाजूला शेती होती. महाराज एका शेतात पोहोचले. तिथे एक शेतकरी काम करीत होता. झाडाखाली त्याचं दुपारचं जेवण चालू होतं. एक कळशी भरून पाणी झाकून ठेवलं होतं. गावातला तसा मातब्बर शेतकरी हा! त्याचं नाव भास्कर पाटील. भरपूर शेती होती. खाऊन-पिऊन सुखी होता तो. आता या भागावरच वरूणदेवांची अवकृपा! त्यामुळे आजूबाजूच्या विहिरी कोरड्या ठक्क पडलेल्या. शेतीला पाणी पुरवणं महाकष्टाचं काम. म्हणून भास्कर पाटील घरूनच प्यायच्या पाण्याची कळशी घेऊन यायचा. महाराज तहानलेले होते. ते भास्करकडे जाऊन म्हणाले, ''जरा पाणी देणार का प्यायला?''

खरं म्हणजे महाराजांनी याचकासारखं अन्न नव्हतं मागितलं. पाणी देणं हे महान पुण्याचं काम. खरं तर कर्तव्यच ते! पण पाण्याची इतकी कमतरता होती, की 'एकवेळ जेवायला या, पण हात आपापल्या घरी जाऊन धुवा' असं विनोदानं म्हणावं अशी अवस्था. अशा तीव्र कमतरतेत माणूस माणुसकी विसरतो. भास्करचंही तेच झालं. त्यानं महाराजांकडे पाहिलं. पिळदार स्नायू, कमावलेलं शरीर... दीनतेचा अंश नाही कुठे! बहुतेक कष्ट करून उत्तम जीवन जगणाऱ्यांना स्वतःच्या कष्टांचा गर्व असतो आणि बाकी सगळे आळशी, रिकामटेकडे वाटत असतात. विशेषतः साधू-संन्याशांवर हा आरोप पूर्वापार होत आलाय. प्रपंचाची जबाबदारी टाळायची, अर्थार्जन शून्य! अशा लोकांना सर्वसामान्य प्रापंचिक लोक बेजबाबदारच मानतात. खरं म्हणजे सिद्ध पुरुष, संत, साधक हे लोक साधना करीत असताना त्यांच्या विचारांच्या, संकीर्तनाच्या ध्वनीच्या लहरी आजूबाजूचे वातावरण शुद्ध, पवित्र करतात. त्यांच्या शक्तीनं, इच्छासामर्थ्यानं सम्राटांच्या राजकारणाला दैवी बळ लाभतं. सामान्य लोक सदाचारी राहतात. म्हणून समाज, संस्कृती टिकून राहते. पण हे सगळ्यांना कळणार कसं? भास्करनं महाराजांकडे याच भूमिकेतून तुच्छतेनं पाहिलं आणि म्हणाला, ''पाणी हवंय? चांगला तगडा गडी दिसतोयस की! मग अशी भीक का मागतोस? जरा कष्ट कर. समाजाच्या उपयोगी पड. ऐतखाऊ नुसता!''

''अहो, पण पाणी देणं पुण्याचं काम आहे.'' महाराज म्हणाले.

''अरे मूर्खा! दीन-दलितांना, अपंगांना मदत करणं हे पुण्याचं काम! तुझ्यासारख्या आळशी, कामचुकाराला पाणी देऊ मी? इथे पाणी सोन्याच्या भावाचं आहे बाबा! मीच घरून ही कळशी घेऊन येतो अन् दिवसभर पुरवतो. या परिसरात एकाही विहिरीला पाणी नाहीये...''

महाराज 'ठीक आहे' म्हणून जवळच्याच एका कोरड्या पडलेल्या विहिरीकडे जायला लागले.

ते पाहून भास्कर म्हणाला, ''अरे ए येड्या, तिला खूप वर्षं पाणी न्हाई.''

महाराज म्हणाले, ''होय का? बघू दे बरं... तसाही या समाजाला माझा उपयोग नाही म्हणतोस... काही करता येतंय का बघतो समाजासाठी...''

मनातल्या मनात 'येडंच आहे' असं पुटपुटत भास्कर आता हा माणूस करतो तरी काय हे बघायला लागला.

महाराजांनी पद्मासन घातलं. दृष्टी नासाग्री स्थिर करून चिन्मय मुद्रा केली आणि ध्यानस्थ बसले. थोड्या वेळाने विहिरीकडे गेले. पाणी काढलं आणि प्यायलेसुद्धा. भास्कर चक्रावला. हा खोटं-खोटं नाटक करतो आहे का? उत्सुकतेनं त्यानं जाऊन बघितलं, तर काय? विहीर स्वच्छ, थंडगार पाण्यानं तुडुंब भरलेली! आपण ज्याचा अपमान केला, तो महान संत, योगी, देव... कोण जाणे नक्की कोण?... पण कुणीतरी दैवी पुरुष निघाला, हे त्याला कळलं!

धावत जाऊन त्याने महाराजांचे पाय धरले. साष्टांग नमस्कार घातला. म्हणाला, ''महाराज, आपण कोण आहात हे मला समजू शकलं नाही. आपल्या वरवरच्या रूपाने मी फसलो. मी अज्ञानी. आपण मला क्षमा करा.''

महाराजांना त्याला उठवलं. प्रेमानं थोपटलं आणि म्हणाले, ''आता बघ. तुझ्या विहिरीला पाणी आलंय. छान मळा पिकव... उदंड पीक घे. सुखाने संसार कर.''

सद्गुरू जेव्हा असं म्हणतात, तेव्हा तो त्यांचा आशीर्वाद आहे की ते आपली परीक्षा बघत आहेत, हे ज्याला कळतं तो शिष्य तयारीचा! त्यासाठी पूर्वपुण्याईच लागते. भास्कर पाटलांजवळ ती होती. त्यांनी महाराजांना सांगितलं, ''महाराज, तुम्ही या विहिरीला पाणी आणण्यासाठी नक्कीच इथवर आला नसाल. तुम्ही माझ्या मनाच्या कोरड्या, रूक्ष विहिरीत भक्तीचं अथांग पाणी आणलंत... आता मळा करायचा तो साधनेचा, पीक घ्यायचं ते गुरुकृपेचं! पुरे हा प्रपंच! हा मळा आता घरचे करतील. मला तुमच्याबरोबर येऊ द्या. नाही म्हणून नका, महाराज! आता हे पाय मला सोडायचे नाहीत.''

महाराजांना त्याचं भूत-वर्तमान-भविष्य सारं माहीत होतंच! त्यांनी अनुमती दिली. अडगावाला न जाता भास्कर पाटीलला बरोबर घेऊन महाराज शेगावला परतले.

नदी वाहते, तेव्हा तिच्या प्रवाहाच्या वाटेत येणारी गावं समृद्ध करत जाते. तसंच संतांचं असतं. महाराज भास्कर पाटलांना घेऊन लगेच शेगावला गेले नाहीत. आधी त्यांच्याच गावात मिराजी मठात ते राहिले. गावातच घरदार, शेती-भाती असून, प्रपंच असून भास्कर पाटलांनी असं मठात राहणं त्यांच्या घरच्यांना रुचलं नाही. पण त्यांचा निश्चय दृढ होता. त्यांनी सगळ्यांची समजूत घातली आणि मगच ते निघाले.

यात एक आठवडा गेला. कोरड्या विहिरीला लागलेल्या पाण्याचं वृत्त सगळीकडे पसरलं. त्यामुळे अनेक लोक महाराजांच्या दर्शनाला येत होते. महाराज अत्यंत मितभाषी! प्रवचन करणं वगैरे त्यांच्या स्वभावात नव्हतं. पण त्यांच्यासोबत थोडं बसणं, भजन करणं म्हणजेच लोकांसाठी सत्संग होता.

या मिराजी मठाजवळ एक छोटी झोपडी होती. महाराज खूप भरभर चालत. एकदा असेच चालताना त्या झोपडीचा बांबू त्यांच्या डोक्याला लागला आणि जखम होऊन रक्त वाहू लागलं. थोडं रक्त जमिनीवरही सांडलं. ते पाहून महाराज म्हणाले, ''इथे शिवमंदिर होईल.'' आणि खरोखरच काही वर्षांनी तिथे शिवमंदिर उभं राहिलं.

तिथून भास्कर पाटलांच्या जहागिरीचा अकोली गाव जवळच होता. ते महाराजांना तिथे घेऊन गेले. घर सोडलं होतंच. आता या जहागिरीचीही नीट व्यवस्था लावली आणि निःसंग होऊन भास्कर पाटील महाराजांबरोबर निघाले.

भास्कर पाटलांची ही कामं चाललेली असताना महाराजांच्या मनात किती कौतुक दाटून येत असेल ना? असं म्हणतात, की शिष्य कापरासारखा असावा. गुरुकृपेचा अग्नी जवळ गेला, की लगेच पेट घेऊन नंतर मागे अक्षरशः काही कर्म न ठेवणारा. महाराजांच्या पहिल्याच भेटीत भास्कर पाटलांना विरक्ती आली आणि त्यांनी प्रपंच सोडलासुद्धा! अर्थात त्यांची ही खूप जन्मांची वाटचाल असणार, या जन्मी ती सुफल संपूर्ण होत होती.

अकोली जवळच अकोलखेड नावाचं एक गाव होतं. रात्रीची वेळ. महाराज निजले होते. जवळच भास्कर पाटील होते. योग्यांची निद्रा म्हणजे वेगळी जागृतावस्थाच असते! त्यामुळे निद्रेतही कुणाची प्रार्थना, कुणाचा आर्त स्वर, कुणाची कृतज्ञता तर कुणाचा भक्तिभाव पोहोचत होता त्यांच्यापर्यंत! आणि भास्कर सद्‌गुरुसेवेत अखंड सावधान. त्याच्या निद्रेतही त्याला सद्‌गुरूंचं सदैव भान होतं. रात्री कुणीतरी हाक मारल्यावर 'ओ' देऊन त्याच्याकडे धाव घ्यावी, तसे महाराज

एकाएकी उठून चालू लागले. मागे भास्कर निघाला. महाराज अकोलखेडच्या विठ्ठल मंदिराशेजारच्या सोनाराच्या घरी गेले. तिथे त्यांचा एकुलता एक मुलगा गत:प्राण झाला होता. आईच्या मांडीवरच लेकरानं अखेरचा श्वास घेतला. जगातलं सगळ्यात करुण दृश्य. त्या आईच्या आक्रोशाला सीमाच नव्हती. वडील हतबुद्ध झालेले. सगळीकडे शोककळा पसरली होती. भास्कर हळहळला. त्याने महाराजांना प्रार्थना केली, ''महाराज, तुम्ही काहीही करू शकता हे मी पाहिलंय. तुमची सत्ता पंचप्राणांवरही चालते. या लेकराचे प्राण परत आणा हो...''

जानरावांसारखा याचाही मृत्यू गंडातर स्वरूपाचा असेल किंवा त्याच्या नशिबात सद्गुरुस्पर्शानं पुन्हा जीवन मिळणं लिहिलं असेल कदाचित. महाराजांनी त्या प्राणहीन मुलाच्या मस्तकावर वात्सल्यानं हात ठेवला आणि म्हणाले, ''बाळा, अरे निजलास का असा? उठ बरं.'' आणि काय आश्चर्य! तो मुलगा झोपेतून उठावा तसा उठून बसला. त्याच्या आईवडिलांनी महाराजांच्या पायावर लोटांगण घातलं. त्या दोघांच्याही डोळ्यांत कृतज्ञता मावत नव्हती!

त्यानंतर महाराज भास्कर पाटीलसह शेगावला परतले. बंकटलालच्या घरी त्यांचा दिनक्रम पूर्ववत सुरू झाला.

लोकोद्धारासाठी चमत्कार

अवलिया

महाराज अवलिया! त्यांचा दिनक्रम ठरलेला नसायचा. त्यांच्या अवतीभोवती त्यांची सेवा करणारे सेवेकरी होते. पीतांबर, चंदू मुकीन, गोपाळराव, विनायक हे गावातले लोक होतेच. भास्कर पाटीलही आता त्यांच्यात मिसळून गेले.

महाराजांना इच्छा झाली तर चिलीम भरून देणं, त्यांनी इच्छा व्यक्त केली तर स्नानाची व्यवस्था बघणं हे सगळे सेवेकरी करीत. गावातले काही लोक महाराजांकडे म्हणजे बंकटलालच्या घरी नियमितपणे जेवणाची ताटं पाठवत. हा घराचा वरचा मजला म्हणजे स्वतंत्र मठच झाला होता. महाराजांचं भोजन झालं, की सगळे सेवेकरी नैवेद्याच्या ताटातलं वाटून घेत. कधी नारळ, कधी काही वस्तू, कधी रोख रक्कमही येई. या सगळ्या गोष्टींचा चोख हिशेब ठेवला जाई. एक पै किंवा धान्याचा एक दाणा कधी इकडचा तिकडे झाला नाही. महाराजांच्या खोलीत वस्तूही तशा कमीच. निःसंग योगियांचा राजा तो... देहसुद्धा आवश्यक नव्हताच त्यांना, केवळ भक्तजनांसाठीच धारण केलेला. मठात आलेल्या एका मुलीला तिथेच कपाटावरची एक काडेपेटी काढायची होती. ती हात उंचावून ती घेण्याचा प्रयत्न करत होती. तेवढ्यात महाराज तिला म्हणाले, ''त्या पेटीवर चढ म्हणजे काडेपेटी काढणं तुला जमेल.'' तसं म्हटलं तर साधं वाक्य; पण सद्गुरूंच्या सत्शिष्यांना गुरूंचं एखादं वाक्य उपदेशासारखं असतं. ते त्याचा तसा अर्थ घेतात, म्हणून तर अध्यात्माच्या मार्गावर पुढे पुढे जातात. आताही शिष्यांना वाटलं, की महाराज सांगत आहेत पेटीच्या वर चढ, म्हणजे देहबुद्धीच्या वर जा म्हणजे तुला काडेपेटी मिळेल.

काडेपेटी म्हणजे प्रकाश देणारी वस्तू. म्हणजे चैतन्य ब्रह्म! देहबुद्धीच्या पलीकडे गेल्यावर चैतन्य, परब्रह्म प्राप्त होते, असा त्याचा अर्थ.

बंकटलालच्या मळ्यात अनेक प्रकारचा भाजीपाला होता. दिवस कणसांचे होते. मळा कणसांनी बहरला होता. रोपारोपांवर कणसं डोलत होती. त्याला वाटलं, महाराजांना कणसं खायला देऊ या. महाराज भक्तिभावनेनं बांधलेले. ते 'हो' म्हणाले. मग काय? सगळ्यांच्या उत्साहाला उधाण आलं. गाड्या जोडल्या गेल्या. सगळे मळ्यात गेले. कणसं भाजण्याची तयारी सुरू झाली.

''गड्यांनो, चिंचेच्या झाडाखाली बसू या. उन्हं लागणार नाहीत. त्या सावलीत आग पेटवू या अन् भाजू या छान कणसं... भाऊ, थोडं मीठ, तिखट काढ त्या पिशवीतून आणि कणसांना लावून द्या महाराजांना.''

असे संवाद सुरू होते. जवळच्या काटक्या, ढलप्या, झाडाची पानं घेऊन आग पेटवली. त्यात कणसं ठेवली. बघता बघता मोठा धूर झाला आणि... बापरे!

कुणाच्याच कसं लक्षात आलं नाही... वर मधमाश्यांचं मोठं पोळं होतं. आगीची धग आणि धूर पोळ्यापर्यंत पोहोचला. मग काय? चिडलेल्या माशा उडल्या आणि सगळ्यांच्या अंगावर बसून चावू लागल्या. लोक दिसेल त्या वाटेनं पळू लागले. बसायला घेतलेली घोंगडी कुणी अंगावर पांघरली, तर कुणी चक्क जमिनीवर लोळण घेतली. सगळी माणसं पळून दूर जाऊन थांबली. बंकटलाल महाराजांना शोधू लागला. कुठे गेले महाराज, दिसत कसे नाहीत म्हणून त्यानं इकडेतिकडे बघितलं. तर काय? महाराज तिथेच झाडाखाली शांत बसले होते. माशा त्यांच्या अंगावर बसल्या होत्या. इतक्या होत्या त्या, की महाराजांनी जणू माशांची घोंगडीच अंगावर पांघरली आहे असं वाटत होतं. पण तिथे जायला कोणीच धजावेना. बंकटलाल मात्र स्वतःच्या जीवाची पर्वा न करता धावत निघाला. तो आपल्याकडे येतोय हे बघून महाराज माशांना म्हणाले, ''जा बरं आता. माझा बंकट येतो आहे. त्याला त्रास देऊ नका हं.'' आणि माशा शहाण्यासारख्या उडून गेल्या. वर हसत महाराज बंकटला म्हणाले, ''खूप मेजवानी झाली.''

बंकटलालला आधीच खूप दुःख झाले होते. तो म्हणाला, ''महाराज, मी पापी आहे. माझ्यामुळे आपल्याला हे दुःख भोगावं लागलं.''

''अरे, वेडा का तू बंकटा? तुझ्यामुळे काय झालं? तू तर आम्हाला कणसं खायला इथे आणलं होतंस. तुझा हेतू शुद्ध होता. माशांचं काय? चावणं हा त्यांचा

स्वभाव आहे. आणि हे बघ, माशा म्हणजे तरी कोण? मीच! ही कणसं म्हणजेही मीच. या सृष्टीच्या कणाकणात भरून राहिलेलं चैतन्य मीच आहे. मग सांग बरं, कोण कुणाला चावणार? उगाच स्वतःला अपराधी मानू नकोस.''

''पण महाराज अंगात खूप डंख गेलेत. सोनाराला बोलावतो चला. तो काटे काढून देईल.''

बंकटलालला अगदीच धीर धरवेना. त्याने सोनाराला बोलावलं. पण तोवर महाराजांनी योगसामर्थ्यानं श्वास रोधून धरला आणि एकन्एक डंख बाहेर आला.

महाराज बंकटलालला म्हणाले, ''बघितलंस ना, संकट आल्यावर एका ईश्वराखेरीज कुणाचाच आधार नसतो बरं!''

इकडे बंकटलाल महाराजांना पाहतच होता. 'अयमात्मा ब्रह्म' या उपनिषदातील वाक्याचं ते मूर्तिमंत उदाहरण होते. किती सहज म्हणाले ते - माशाही माझंच रूप, कणसंही माझंच रूप... मी सर्वत्र भरून आहे.

हळूहळू लोक झाडाखाली आले. महाराज सगळ्यांशी हसून-खेळून बोलत होते. लोक स्वतःचा जीव वाचवायला आपल्याला सोडून गेल्याबद्दल त्यांच्या मनात काहीच नव्हतं... कारण...

जो माशांशी आणि कणसांशी एकरूप होतो, तो माणसांमध्येही स्वतःचं रूप नाही का पाहणार?

शेगावपासून लांब आकोट नावाचं गाव आहे. या आकोटमध्ये नरसिंगजी नावाचे संत राहत होते. नरसिंगजींना जन्मतःच ईश्वरभक्तीची गोडी होती. आकोटजवळचं जळगाव-नहाटा हे त्यांचं जन्मस्थान. त्यांचं लौकिक शिक्षण झालं नव्हतं. ते प्रापंचिक होते. आई-वडील, भावंडं, पत्नी आणि तीन मुलं असा त्यांचा प्रपंच होता. पण कोतशहा अली या श्रेष्ठ अवलिया संताची आणि त्यांची भेट झाली. त्यांना गुरू मानून, त्यांची सेवा करत त्यांनी कठोर साधना केली. पुढे त्यांना अनेक सिद्धी प्राप्त झाल्या. साधना पूर्णत्वाला पोहोचली, तेव्हा सद्गुरूंनी म्हणजे कोतशहा अलींनी त्यांना प्रपंचात परतण्याची आज्ञा दिली. ते दिवसभर रानात फिरत आणि संध्याकाळी झोपडीत परत येत. एकदा शिवनामाची साधना करीत ते एका झाडाखाली बसले होते. त्यांच्या मिटल्या डोळ्यांसमोर अचानक आगीचा प्रचंड लोळ दिसला. त्यात भगवान शंकराचं दर्शन झालं आणि क्षणात तिथे गजानन

महाराज दिसले. नरसिंगजींनी अंतर्ज्ञानानं गजानन महाराजांना ओळखलं. ही त्यांची पहिली भेट म्हणायला हरकत नाही. खरं म्हणजे लौकिकदृष्ट्या गजानन महाराज नरसिंगजींपेक्षा वयानं खूप लहान होते. पण संतांच्या राज्यात देहाचं वय थोडंच महत्त्वाचं असतं? नरसिंगजी गजानन महाराजांना आपला मोठा भाऊ मानत.

सुरुवातीच्या काळात नरसिंगजी गुहेत बसून साधना करीत आणि बाहेरच्या दगडावर गजानन महाराज बसून 'रामे गिणात गिण बोते' असे टिचक्या वाजवत म्हणत असत. या दोन संतांमधला जिव्हाळा अलौकिक होता. अधूनमधून गजानन महाराज शेगावहून अकोटला त्यांना भेटायला जात.

असेच एकदा ते अकोटला गेले होते. नरसिंगजींनी गजानन महाराजांनी त्यांना गळामिठी घातली. दोघांमध्ये काही बोलणं झालं; पण दोन अलौकिक संतांमधलं संभाषण आपल्यासारख्या सामान्य लोकांना कसं कळणार? थोडा वेळ हितगुज झाल्यावर मात्र गजानन महाराज म्हणाले, ''नरसिंग, तू चांगलं केलंस. प्रपंचात राहून परमार्थ साधलास. मी योगाचा मार्ग निवडला. यात अनेक क्रिया घडतात हातून. पण लोकांना ते चमत्कार वाटतात आणि नसत्या उपाधी मागे लागतात. म्हणून मी असा वेड्याचा वेष घेतो बघ.''

असंच काही बोलणं झाल्यावर नरसिंगजी म्हणाले, ''असं वरचेवर भेटत जा.''

या संतांचीही एक अडचण असेल ना? खूप उच्च आध्यात्मिक पातळीवर राहणारी माणसं. त्यांनाही कधीतरी आपल्या आध्यात्मिक पातळीवरचं कुणीतरी भेटावं, त्यांच्याबरोबर समान वैचारिक पातळीवर चर्चा व्हावी, बोलता यावं असं वाटत असणारच ना? या दोन संतांची भेट अशीच होती. हा त्यांच्यासाठी विरंगुळा होता.

महाराज अकोटमध्ये आल्याचं लोकांना कळलं. दोन संतांची भेट म्हणजे दोन पवित्र नद्यांचा संगम! या तीर्थात स्नान करण्याची संधी कोण सोडणार? त्यांच्याकडून काही उपदेश घ्यावा, त्यांचं दर्शन घ्यावं म्हणून लोक येऊ लागले. पण ते पोहोचण्याआधीच लांब लांब ढांगा टाकत वायुवेगानं योगियांचा राणा गजानन निघून गेला होता.

शेगावपासून थोड्याच अंतरावर असणाऱ्या शिवर नावाच्या गावात पहाटेच्या सुमारास महाराज नदीकाठी बसले होते. त्यांच्याबरोबर त्यांची भक्तमंडळीही गोलाकार बसली होती. त्या नदीमध्ये व्रजभूषण नावाचा विद्वान पंडित स्नान करीत होता. त्याचं चार भाषांवर प्रभुत्व होतं. तो वेदांचा जाणकार होता. अत्यंत कर्मनिष्ठ होता. रोज सूर्योदयापूर्वी स्नान करून तो नियमितपणे सूर्याला अर्घ्य देत असे. त्या दिवशी अर्घ्य दिल्यावर त्यांना महाराजांचं दर्शन झाले. अज्ञानी माणसांना नेहमीच महाराजांमधलं ब्रह्मतेज सुरुवातीला दिसायचं नाही. अशा लोकांसाठी महाराज म्हणजे कोणी वेडा, खुळा माणूस होते. मात्र भक्तांसाठी ते अवलिया साधू होते. व्रजभूषणांजवळ नुसती कोरडी विद्वत्ता नव्हती. उपासनेचं बळ होतं, पुण्याई होती. त्यामुळे त्यांना महाराजांमधलं ईश्वरत्व लगेच जाणवलं. हा जणू ज्ञाननभीचा सूर्य आणि हे भक्त म्हणजे त्या सूर्याचे किरण असं त्यांना वाटलं. ते पूजासाहित्यासह महाराजांजवळ गेले. त्यांनी महाराजांचे पाय धुतले. गंध, कुंकुम, अक्षता वाहिल्या आणि महाराजांना अर्घ्य अर्पण केले. महाराजांनी त्यांना पोटाशी धरलं आणि म्हणाले, ''बाळा, कर्मकांडं निरर्थक मानू नको. पण केवळ कर्मकांडांतच अडकू नको. निष्काम भावनेनं कर्म करणाऱ्याला ईश्वर लाभतोच.''

व्रजभूषण म्हणाले, ''माझं तपाचरण आज फळाला आलं.''

महाराज म्हणाले, ''जा, तुझ्या मार्गावरून चालत राहा. तू आठवण काढशील, तेव्हा तुला माझे दर्शन होईल.''

या संपूर्ण प्रसंगात महाराजांना व्रजभूषणांनी कुठलेही प्रश्न विचारले नाहीत. हे महाराज कोण, यांचं नाव काय, अशी चौकशी करण्याची गरजच त्यांना वाटली नाही. ज्ञान, भावना (भक्ती) आणि कर्म (उपासना) हे तिन्ही एकत्र आल्यामुळेच व्रजभूषणांना महाराजांचं खरं स्वरूप दिसलं. एरवी नुसती विद्वान, नुसती कर्मठ माणसं असतातच की! पण त्यांना सिद्ध पुरुषांमधलं ईश्वरी तत्त्व अनुभवता येतंच असं नाही.

कर्मामधली निष्कामताच तुम्हाला ईश्वरापर्यंत नेते.

गजानन महाराज फार कमी बोलत. पण या बोलण्यातून मात्र त्यांनी व्रजभूषणांच्या निमित्तानं आपल्या सर्वांनाही हा उपदेश केला आहे. कर्मकांडाला कमी लेखू नये, पण कर्म हे ईश्वराच्या अनुभूतीचं साधन आहे हे मान्य करून अंतःकरणात अखंड श्रद्धा ठेवली, तर ईशतत्त्वाचं दर्शन आपोआप सर्वत्र होतं.

महाराज बंकटलालच्या घरी परत आले. पण ते असे एके ठिकाणी कसे राहणार? त्यांना राहून चालेल तरी कसं? ईश्वरीकृपेची सरिता वाहती राहिली, तरच दोन्ही काठांना फुलवत पुढची गावं सुपीक करीत जाईल ना? त्या सरितेनं एके ठिकाणी थांबून कसं चालेल?

एके दिवशी महाराज म्हणाले, ''बंकटलाला, मी आता मारुती मंदिरात राहायला जायचं म्हणतो आहे.''

बंकटलालच्या दृष्टीनं हा वज्राघात होता. महाराज म्हणजे त्याचं सर्वस्व! त्यांच्या संपूर्ण कुटुंबीयांचं श्रद्धास्थान! महाराजांच्या अस्तित्वानंच त्याच्या घराचं मंदिर झालं होतं आणि आता देवच मंदिरातून जायचं म्हणत होते. काय वाटलं असेल त्याच्या हृदयाला? किती कळवळला असेल तो?

पण फक्त भावनेचा उद्रेक होणं, सतत भावव्याकूळ राहणं म्हणजे भक्ती नाही. भक्त तो, जो ईश्वरापासून विभक्त नाही. वेगळा नाही. म्हणूनच ईश्वरेच्छेपेक्षा त्याची इच्छाही वेगळी नाही! बंकटलाल खरा आणि आदर्श भक्त होता. कितीही वाईट वाटलं, तरी महाराजांना त्यानं 'का' म्हणून विचारलं नाही किंवा 'जाऊ नये' असंही म्हटलं नाही. मात्र त्याच्या मुखातून होकारही येईना. महाराजांनी त्याची अवस्था जाणली आणि लहान मुलाची समजूत घालावी, तशी त्यांनी बंकटलालची समजूत घातली. ते म्हणाले, ''अरे संन्याशानं गृहस्थाच्या घरी फार काळ थांबू नये. शिवाजी महाराज किती मोठे राजे होते; पण तरी समर्थ सज्जनगडावरच स्वतंत्र राहिले ना?''

बंकटलालला ही जाणीव होतीच, की गजानन महाराज काही आपले एकट्याचे नाहीत. ती ब्रह्मांडाची माउली. शिवाय खरं प्रेम तेच, जे दुसऱ्याच्या इच्छेचा आदर करतं, जे बंधनात टाकत नाही. त्यामुळे तो स्वतःला आवरून 'हो' म्हणाला आणि गजानन महाराज शेगावच्या मारुती मंदिरात राहायला आले. सोबत भास्कर पाटील, पीतांबर हे आणि इतर सेवेकरी होतेच.

लोकोद्धारासाठी सिद्धी

शेगावमध्ये दोन घराणी मोठा प्रभावशाली होती. एक पाटील आणि दुसरं देशमुख! दोघांचं एकमेकांशी वैरच होतं खरं म्हणजे! पाटील घराण्याची भरपूर शेती होती. सोनं-नाणं, पैसा-अडका प्रचंड! मारुती मंदिर गावाचं होतं, उत्सव गावकऱ्यांचा होता; पण त्याला पैसा पुरवला जायचा पाटलांकडून. अधिकार आला, की उद्दामपणा येतोच! पाटील मंडळींमध्ये तो भरपूर आलेला होता. सगळ्या गावावर ते अरेरावी करत. महाराजही यातून सुटले नाहीत. येता-जाता 'काय रे ए गण्या, खातोस का ताककण्या?' म्हणून ते चिडवत. महाराजांना अरे-तुरे करत. 'काय रे योग्या? तुझा योग जरा दाखव की. नाहीतर बघ हं, आम्ही मार देऊ तुला' असं म्हणून फिदीफिदी हसत. महाराज हे सारं ऐकूनही शांत बसायचे. इतर शिष्यांना आपल्या सद्गुरूंचा असा अपमान सहन व्हायचा नाही. पण ते काय करणार? महाराज स्वतःच शांत होते आणि शिवाय पाटील मंडळींच्या विरोधात कोण जाणार? तरी भास्कर पाटील म्हणायचे, ''महाराज, ही मंडळी खूप त्रास देतात आपल्याला. इथे नको राहायला. चला, आपण दुसरीकडे जाऊ.''

पण महाराज हसून म्हणायचे, ''अरे, या वरवरच्या गोष्टींवर नको जाऊ. ही पाटील मंडळी माझी भक्त आहेत.'' महाराजांचं म्हणणं वरवर पाहता कोणालाही पटणं अवघड होतं. पण खरंच या पाटील मंडळींच्या घराण्यात संतसेवा चालत आली होती. घराण्याचे मुख्य होते महादजी पाटील. त्यांचे मोठे चिरंजीव कडताजी आणि धाकटे होते कुकाजी. हे सगळे पांडुरंगाचे भक्त! कडताजींना सहा मुलं. कुकाजींना

काही मूलबाळ नव्हतं. पण कडताजी निवर्तल्यावर त्यांच्या सहाही मुलांचा सांभाळ कुकाजींनी प्रेमानं केला. कुकाजी गेल्यावर या सहा मुलांपैकी खंडू पाटील सगळा कारभार बघायला लागला. त्याचे पाच भाऊ गणपती, नारायण, मारुती, हरी आणि कृष्णाजी. या घराण्यावर नागझरीच्या गोमाजी महाराजांचा अनुग्रह होता. भरपूर ताकद, पैसा असणाऱ्या या भावंडांना कुस्ती, दांडपट्टा, पैलवानी असे शौक होते.

एके दिवशी हरी पाटील मंदिरात येऊन म्हणाला, ''गण्या, तुझं प्रस्थ फारच वाढतंय. माझ्याशी कुस्ती खेळतोस का? बघू तरी तुझ्या योगामध्ये काय ताकद आहे?'' महाराजांनी ते मान्य केलं. भास्कर पाटील हसले आणि त्यांनी कपाळाला हातही लावला. त्यांनी महाराजांच्या सामर्थ्याचा अनुभव घेतला होता. त्यामुळे आता हरी पाटील हरणार हे लक्षात येऊन त्यांना हसू आलं.

महाराज आणि हरी पाटील कुस्तीच्या मैदानात गेले. महाराज म्हणाले, ''हे बघ, मी इथे बसलो. मला उठव आणि कुस्ती सुरू कर.'' हरी पाटील महाराजांना उठवायला लागले. हात ओढून झाले. उचलायचा प्रयत्न झाला. डावपेच करून झाले. पण काही उपयोग नाही. महाराज तसूभरही हलले नाहीत. आपण अलौकिकाशी पंगा घेतला, हे हरी पाटलांना कळलं. मग महाराज हसून म्हणाले, ''आता आम्हाला बक्षिस दे बघू.'' हे आता आणखी काय मागणार कुणास ठाऊक, असा विचार हरी पाटलांच्या मनात आला. पण तेवढ्यात महाराज म्हणाले, ''अरे गोकुळच्या पाटलानं सगळ्यांना सामर्थ्य दिलं. तूही शेगावच्या पोरांना कुस्ती, व्यायाम करणं शिकव. सगळ्यांना बलवान कर.'' तेव्हापासून हरी पाटील महाराजांशी अदबीनं बोलू लागले. त्यांनी त्यांना चिडवणं सोडून दिलं.

पण बाकीच्या भावांना मात्र हे विचित्र वाटायचं. ते हरी पाटलांना म्हणायचे, ''अरे, त्या जोगड्याला काय भितोस? गावातल्या बाकीच्या लोकांप्रमाणे तूही जरा येडा-खुळा आहेस का रे?'' हरी पाटील काहीच बोलायचे नाहीत.

एकदा हे इतर पाच भाऊ ऊस खात मंदिरात आले. त्यांच्याजवळ मोळीच होती उसाची. महाराज शांत बसले होते. त्यांनी एकमेकांना खुणा केल्या आणि महाराजांजवळ जाऊन म्हणाले, ''गण्या, चल आपण एक खेळ खेळू. तुला सगळं गाव योगी म्हणतं ना? आता आम्ही तुला या उसानं मारतो. तू योगी का काय म्हणतात तसला असशील, तर तुला काही होणार नाही. काय रे, मारू का?''

महाराज गप्पच. लहान पोरांच्या चाळ्याकडे काय लक्ष देणार ते? पण पाटील बंधू चांगलेच सत्तेच्या, पैशाच्या माजात होते. महाराजांचं मौन हीच त्यांची संमती समजून ते पाचही जण मिळून त्यांना उसांनी मारू लागले. एकटे महाराज आणि मारणारे पाच पहिलवान. पण महाराज निवांत बसले होते. शेवटी हे सगळे मारून मारून कंटाळले. महाराजांच्या अंगावर एक वळ म्हणून नाही! तीच शांत मुद्रा. कदाचित तिच्यावर हलकं मिश्कील स्मित उमटलं असेल. ते सगळे थांबले तसं महाराज म्हणाले, ''दमला असाल ना तुम्ही? थांबा, तुम्हाला उसाचा रस काढून देतो.'' महाराजांनी त्यांच्याकडून उसाची मोळी घेतली आणि हातांनीच रस काढून तो प्यायला दिला. हे बघून मात्र सगळे हैराण झाले. तेव्हापासून हे पाटील बंधू महाराजांचे भक्त झाले.

खंडू पाटलांना हा प्रसंग एव्हाना कळला होता. महाराज मोठे योगी आहेत यावर त्यांची श्रद्धा बसली. पण त्यांचा बोलण्याचा ढंग वेगळाच होता. ते महाराजांना अरे-तुरे करीत, पण त्यात प्रेम असे. बाळ आईला एकेरीच संबोधतं ना... तसंच त्यांचं प्रेम होतं. शिवाय भाषा थोडी ग्रामीण, रांगडी असल्यामुळे असेल किंवा पाटीलकीचा प्रभाव असेल. बरं, महाराज इतके साधे, की त्यांनी आपलं प्रस्थ माजवलं नव्हतं. त्यामुळे त्यांच्याशी आदरानं बोललं पाहिजे, मान राखला पाहिजे असा काही नियम नव्हताच. भक्त बऱ्याचदा त्यांना ईश्वररूपात पाहिल्यावर स्वतःहून मान देत होते.

तर असे हे खंडू पाटील न चुकता महाराजांच्या दर्शनाला मात्र येत. एकदा ते महाराजांना म्हणाले, ''गण्या, चुलता फार मागं लागलाय रं... त्याला नातवाचं तोंड पाहायचं हाय.''

''मग मला काय सांगतोस? तू एवढा कर्तृत्ववान ना... एवढ्या मोठ्या गिरण्या तुझ्या, पेढ्या तुझ्या... शेती तर केवढी! जा, त्या ब्रह्मदेवाला आज्ञा कर.''

''तसं न्हाई रे... आता तूच सांग, पेरणी करणं माणसाच्या हातात असतया. पन पाऊस काय पाडता येतो व्हय? काई गोष्टी नसत्यात मानसाच्या हातात.''

खंडू पाटील जणू महाराजांनाच शिकवत होते. महाराज म्हणाले, ''हे बघ, मी तुझ्यासाठी परमेश्वराची प्रार्थना करीन. तुला हवं ते देणारा तो आहे. मी कोण? पण तू ब्राह्मणभोजन घाल. दरवर्षी आमरसाचं जेवण ठेव.''

''इतकंच होय! ठेवतो की.'' पाटील म्हणाले.

''आणि हे बघ, तुला मुलगा होईल. त्याचं नाव भिक्या ठेव. अरे, भीकच मागितलीस ना तू माझ्याकडे?''

पुढे पाटलांना मुलगा झाला. त्यांनी त्याचं नाव खरंच भिक्या ठेवलं. त्याच्याकडे बघताना, त्याचं नाव उच्चारताना खंडू पाटलांना सतत जाणीव व्हायची, की काही गोष्टी माणसाच्या हातात नसतात. कुकाजी पाटलांच्या मांडीवर महाराजांच्या कृपेने नातू खेळू लागला. कुकाजींचं वय झालं होतं. आयुष्यभर पांडुरंगाची सेवा करणाऱ्या कुकाजींनी पुढे महाराजांच्या पायी देह ठेवला. खंडू पाटलांसह सगळ्या पाटील बंधूंच्या माथ्यावरचं पितृतुल्य छत्र हरपलं. पोरकेपणाबरोबर कर्तेपणाची जबाबदारी खंडू पाटलांवर आली.

आता ज्याच्या अंगी कर्तेपण, त्याला काम करावंच लागतं. काम करताना कधीकधी हातून स्वभावानुसार चुकाही होतात आणि मागे शुक्लकाष्ठ लागू शकतं. खंडू पाटलांच्या बाबतीत तेच घडलं. ते गावचे पाटील होते. गावाची काही कागदपत्रं तालुक्याच्या कचेरीत नेऊन द्यायची होती. खंडू पाटलांनी मऱ्याला सांगितलं, ''तालुक्याला टपाल नेऊन द्यायचं हाय रे. चावडीवर येऊन घेऊन जा.'' आता हा मऱ्या नेमका देशमुखांच्या बाजूचा होता. त्याला त्यांचा पाठिंबा होता आणि पाटील आणि देशमुखांमध्ये हाडवैर होतं! त्यामुळे मऱ्या म्हणाला, ''मला लई कामं पडलीत पाटील. मी न्हाय टपाल घेऊन जात.''

''मऱ्या, काम गावाचं आहे. मी काय माझं काम सांगतोय व्हय तुला?''

''कुणाच्या का बाचं काम असंना, मी न्हाई करणार. माजी मर्जी!''

''असं उलट बोलनं बरं न्हाई हं! सांगून ठेवतो.''

''सांगा, सांगा... तुमच्या बोलन्याला मी शिमग्याच्या बोंबा समजतो.''

असं म्हणून त्यानं उलटा हात तोंडावर ठेवून तशी कृतीही केली.

आता मात्र पाटलांचा संयम सुटला. त्यांनी काठी घेतली आणि मऱ्याच्या हातावर जोरात तडाखा मारला! पाटील मुळात पैलवान गडी... त्यात संतापलेले! मार असा बसला, की मऱ्या वेदनेनं बेशुद्धच पडला. आजूबाजूच्या लोकांनी त्याला शुद्धीवर आणला आणि हात मोडलेल्या अवस्थेत देशमुखांकडे आणला.

देशमुख तरी काय, प्रेमळ थोडेच होते? मऱ्याचा हात मोडलेला बघून त्यांना त्याची दया येण्याऐवजी पाटलाला नामोहरम करण्याची ही नामी संधी आहे असं वाटलं.

वरवर कळवळा दाखवत म्हणाले, ''आर्रर्र... मानुसकी म्हनून काय उरली न्हाई बघा गड्याहो! हा पाटील लई माजलाय. चला, त्याच्या इरोधात कचेरीत जाऊन तक्रार करू. पार अकोल्यापर्यंत केस जाईल. बेड्याच पाडतो की न्हाई बघा पाटलाच्या हातात.''

''पर देशमुख, डागतर...''

''डागतर काय कधीही भेटंल रं... आधी या पाटलाचा माज उतरवू.''

असं म्हणून कचेरीत जाऊन त्यांनी पाटलांविरुद्ध तक्रार नोंदवली. शेगाव ते केवढं? सगळीकडे बातमी पसरली आणि चर्चा सुरू झाली, की आता पाटलांच्या हातात बेड्या पडणार!

खंडू पाटलांना धरणी पोटात घेईल तर बरं, असं झालं. ज्या गावात सन्मानानं राहिलो, पाटीलकी केली, त्या गावात सगळ्यांसमोर हातात बेड्या पडणार? अशा कसोटीच्या प्रसंगी सद्‌गुरुरायाशिवाय कोणाचा आधार वाटणार? खंडू पाटील महाराजांकडे आले. चेहरा पडलेला, कणा अपमानाच्या कल्पनेनं वाकलेला, डोळ्यांत पाणी... अशा अवस्थेत महाराजांकडे येऊन ते त्यांच्या पायावर कोसळले.

''एक तलवार घे आणि माझं मुंडकं छाट बघू. हा असा प्रसंग अख्ख्या पाटील खानदानात कुणावरबी आला न्हाई. अरं, त्या द्रौपदीला किस्नानं वाचवली व्हती नव्हं का... आता माझी आब्रू द्रौपदीसारखी त्या देशमुखांच्या दरबारात पणाला लागलीया रे... आता तूच माझा किस्न! तार न्हाय तर मार!''

दयाघन महाराजांनी खंडूला प्रेमानं उठवून पोटाशी घेतलं. ''अरे, घाबरू नकोस असा. काम करणाऱ्या माणसावर असे प्रसंग यायचेच! हा प्रपंच आहे. इथे सगळे दिवस सुखाचे कसे असतील? पण तू काळजी करू नकोस. तुला काही बेड्या वगैरे पडणार नाहीत.''

सत्पुरुषांना आपल्या शिष्यांवरची प्रापंचिक संकटं अशी दूर करावी लागतात. त्यातून निश्चिंत होऊन ते परमार्थ करू लागतात. महाराजांना माहीत होतं; त्या काळाचा विचार करता मऱ्यासारखा एक गरीब माणूस पाटलांना उलटं बोलला नसता, पण देशमुखांची फूस असल्यामुळेच त्यानं खंडू पाटलांचा इतका अपमान केला. अर्थात पाटलांनीही असं मारायला नको होतं. पण देशमुखांना मऱ्याची काळजी मुळीच नव्हती. नाहीतर ते कचेरीच्या आधी त्याला डॉक्टरांकडे घेऊन गेले असते. त्याच्या वेदना कमी केल्या असत्या. पण त्यांना पाटलांकडून घडलेल्या चुकीचा फक्त फायदा उचलायचा होता. काट्याचा नायटा करायला ही संधी छान

होती, हेही महाराज जाणून होते. म्हणून त्यांनी आपले आशीर्वाद पाटलांच्या पाठीशी उभे केले. अकोल्याला जाऊन काय जाब-जबाब झाले असतील ते असतील, पण खंडू पाटील यातून निर्दोष सुटले. अपकीर्तीचं सावट घरावरून निघून गेलं. आता खंडू पाटलांनी महाराजांना आपलं दैवत मानून त्यांचे पाय घट्ट धरले ते कायमचे.

खंडू पाटलांनी आता महाराजांना आपल्या घरी राहण्यासाठी बोलावले. त्याच्या प्रेमासाठी महाराज तयारही झाले. ज्याचा जेवढा ऋणानुबंध आहे, तेवढा सत्पुरुष चुकता करतातच. एरवी असं गृहस्थांच्या घरी राहणं महाराजांना कुठे आवडत होतं?

महाराजांच्या योगविद्येची, ज्ञानाची महती आता हळूहळू दूरवर पसरू लागली होती. ती ऐकून काही तेलंगी ब्राह्मण शेगावात आले. खंडू पाटलांकडे येऊन म्हणाले, ''आम्ही वेद जाणणारे ब्राह्मण आहोत. इथे वेद म्हणतो. वेद कानावर पडल्यानं आणि ब्राह्मणांना दक्षिणा दिल्यानं फार मोठे पुण्यकर्म साध्य होतं बघा.'' वेदसंपन्न पुरोहितगणाचा पाटलांच्या घरी आदरसत्कार झाला. पाय धुतले, आसनं घातली. देव्हाऱ्यातली ज्योत उजळली. समोर पाण्यानं भरलेली तांब्या-भांडी ठेवली गेली. स्वयंपाकघरात दूध गरम करून त्याला बदाम-वेलची लावण्याची तयारी सुरू झाली.

हे सारं होत असताना महाराज छान झोपले होते. या ब्राह्मणांना नाही म्हटलं, तरी हे खटकलं होतंच. पण त्यांनी वेद म्हणायला सुरुवात केली. एरवीही थोडे अवघड संस्कृत श्लोक असले, तरी समजत नाहीत. हे तर वैदिक संस्कृत! त्यातलं चूक-बरोबर कुणाला कळणार? जे कानावर पडत होतं, ते सगळे श्रद्धेनं ऐकत होते. म्हणता-म्हणता एके ठिकाणी ते ब्राह्मण चुकले. चुकण्यात काही गैर नाही; पण ते त्यांनी दुरुस्तही केलं नाही. जाऊ दे, इथे कुणाला कळतंय... हा दृष्टिकोन! पण महाराजांनी झोपल्या झोपल्या ते ऐकलं आणि उठून बसत ती चूक खणखणीत आवाजात दुरुस्त केली. ब्राह्मण गडबडले. त्यांच्या लक्षात आलं, हा तर साक्षात वेदपुरुष! त्यांच्यापुढे आपण आपल्या विद्येचं काय प्रदर्शन करणार? महाराज त्यांना म्हणाले, ''वेदपठण करणं हे तुमचं कर्म आहे. ते उत्तमच व्हायला हवं. त्यात जराही चूक होता कामा नये. नुसते दक्षिणेपुरते वेद काय कामाचे?'' महाराजांची तळमळ खरी होती. वेदविद्या ही मौखिक परंपरेनंच पाच हजारहून अधिक वर्षं टिकली. त्यांच्या

उच्चारांत कानामात्रेचा जरी फरक झाला, चूक झाली, तरी ती चूक तशीच पुढच्या पिढ्यांपर्यंत पोहोचणार ना? शिवाय आपल्या वाटेला आलेलं काम कोणतंही असो, ते उत्तमच व्हायला हवं. चुकलं तरी कुणाला कळणार आहे, हा त्यांचा दृष्टिकोन चुकीचा होता. ब्राह्मणांचा अहंकार गेला. ते खजील झाले. पण महाराजांनी व्यवहार सुटू दिला नाही. खंडू पाटलांकरवी त्या ब्राह्मणांना त्यांनी दक्षिणा दिली. महाराजांच्या दर्शनानं पावन होऊन आणि दक्षिणा घेऊन ब्राह्मण आनंदानं निघून गेले.

संन्यासी माणूस कोणाच्याही संसारी घरात, त्या वातावरणात रमू शकत नाही. महाराजांनाही थोड्याच दिवसांत खंडू पाटलांच्या घरी राहण्याचा कंटाळा आला. जवळच कृष्णा पाटलांचा मळा होता आणि एक शंकराचं देऊळ होतं. महाराज तिथे राहायला गेले. कृष्णा पाटलांना खूपच आनंद झाला. त्यांनी महाराजांसाठी आणि त्यांच्या सेवेकऱ्यांसाठी पक्का निवारा करून दिला.

पहाटेच सुरू होणारा पक्ष्यांचा किलबिलाट, हलक्या पावलांनी येणारी उषा आणि नंतर सूर्याचे कोवळे किरण, मुक्त वाहणारा वारा, त्यावर डोलणारा भाजीपाला... या सगळ्या चैतन्यात शंकर रमला होताच. आता महाराजही या शिवतत्त्वाबरोबर राहू लागले.

भास्कर पाटील, तुकाराम कोकाटे, पीतांबर शिंपी असे सेवेकरी होतेच. कृष्णाजी पाटील त्यांची खाण्यापिण्याची सोय करीत. महाराज जेवले, की मग उरलेला प्रसाद घेऊन जात आणि जेवत.

एके दिवशी या मळ्यात आठ-दहा गोसावी आले. कृष्णाजी पाटलांना म्हणाले, ''आम्ही विरक्त गोसावी आहोत. अनेक तीर्थं पायी चालत जाऊन तीर्थाटन केलं आहे. काशीची गंगा घेऊन आता रामेश्वरला जातो आहोत. गंगोत्री, यमुनोत्री, हिंगलाज, डाकोर अशी सारी तीर्थं पाहिली. आमचे गुरू ब्रह्मज्ञानी! त्यांचं नाव 'ब्रह्मगिरी'. तुमचं भाग्य म्हणून तुमच्या मळ्यावर आलो.''

ब्रह्मज्ञानी असो-नसो, अतिथीचा सन्मान करणं ही भाविकांची रीतच! त्यात शेगावचे पाटील म्हणजे समृद्धी आणि उदारता दोन्हीचा संगम! त्यांनी ब्रह्मगिरी गोसाव्यांना राहायला जागा दिली. गोसावी म्हणाला, ''तुमच्या मळ्यात त्या वेड्या

फकिराला आणून ठेवलंय तुम्ही! तो ना काही ज्ञानाच्या गोष्टी करतो, ना नेमधर्म... ते जाऊ दे. आम्ही इथे असेपर्यंत संध्याकाळी प्रवचन करू. पोथी, ग्रंथ वाचू. तुम्हीही या. आम्ही तीन दिवस राहू. आम्हाला शिरा-पुरीचं जेवण द्या. गांजा पुरवा. चौथ्या दिवशी आम्ही निघून जाऊ. प्रापंचिकांकडे तसंही आम्ही राहत नाही.''

कृष्णा पाटलानं हे ऐकलं आणि मनोमन काय ओळखायचं ते ओळखलं. ते म्हणाले, ''हे बघा, शिरा-पुरी वगैरे उद्या मिळेल तुम्हाला. आज पिठलं-भाकरी आहे, ती खा. या मळ्यात प्रत्यक्ष शिवशंकर नांदतो. गांजाला काय कमी? हवा तितका घ्या.'' ठरल्याप्रमाणे पिठलं-भाकरीचं जेवण झालं. संध्याकाळ होत आली. ब्रह्मगिरीनं पोथी सोडली. प्रवचनाला सुरुवात केली. भोवती शिष्य होते. थोडे गावातलेही लोक आले होते. महाराजांचे शिष्य तिथेच होते आणि स्वतः महाराजही!

खरं म्हणजे महाराजांसमोर आपली तोंडं उघडण्याचीही योग्यता नाही, हे शहाण्या माणसाला कळू शकलं असतं. पण ब्रह्मगिरी अहंकारानं भरलेला. या उघड्यावाघड्या, वेड्या माणसाला आपल्या विद्वत्तेनं दिपवून टाकू असाही विचार क्षणभर मनात येऊन गेला असेल किंवा भरपूर वाचल्यानं, डोक्यावरून जाणारे विद्वज्जड शब्द वापरल्यानं परमार्थ होतो अशी प्रामाणिक समजूतही असेल त्याची. कोण जाणे! आजही प्रत्यक्ष उपासना करणं, आध्यात्मिक अनुभूती येणं यापेक्षा काहीतरी जडबंबाळ वाचणं, बोलणं म्हणजे भारी वाटतंच की लोकांना!

तर ब्रह्मगिरीनं प्रवचन सुरू केलं. श्रीमद्‌भगवद्‌गीतेमधल्या दुसऱ्या अध्यायातील तेविसावा श्लोक घेतला.

नैनं छिन्दन्ति शस्त्राणि नैनं दहति पावकः।
न चैनं क्लेदयन्त्यापो न शोषयति मारुतः॥

आत्मा हे आपलं खरं आणि मूळ स्वरूप आहे. आत्म्याला शस्त्र तोडू शकत नाही, अग्नि जाळू शकत नाही, पाणी भिजवू शकत नाही आणि वारा त्याला सुकवू शकत नाही.

ब्रह्मगिरीचा आव असा होता, की मी ब्रह्मस्वरूपच आहे. या देहाशी माझा काही संबंध नाही. आजूबाजूची भोळी, श्रद्धाळू माणसं. हे पुस्तकी ज्ञान त्यांच्या डोक्यावरून जायला लागलं. लोकांना शास्त्रपारंगत विद्वानांपेक्षा संत जवळचे वाटतात. कारण संत स्वतः ब्रह्मज्ञानी असले, तरी लोकांची प्रापंचिक सुखदुःखं लोकांसाठी खरी असतात, हे लक्षात घेऊन त्यांना त्यांच्या पातळीवरून हळूहळू पुढे

नेतात. बोट कापल्यानंतर होणाऱ्या वेदनेच्या वेळी 'हे बोट, हे शरीर म्हणजे तू नाहीच आहेस. या वेदना तुला होतच नाहीयेत' हे ज्ञान थोडंच सामान्य माणसांच्या उपयोगी पडतं? अत्युच्च अवस्थेला पोहोचलेली निवडक ब्रह्मज्ञानी माणसंच हे अनुभवू शकतात. त्यामुळे अवघड प्रवचनानं कंटाळलेली माणसं महाराजांजवळ येऊन बसू लागली. प्रवचन पूर्ण झाल्यावर ब्रह्मगिरी गोसावी, त्यांचे शिष्य सारे चिलीम ओढू लागले. महाराजही चिलीम ओढू लागले. त्या चिलमीतली एक ठिणगी उडाली आणि महाराज बसले होते त्या पलंगावर पडली. नुसत्या एका ठिणगीनं खरं म्हणजे काही व्हायला नको, पण ही महाराजांची लीलाच असावी, की बघता बघता पलंग पेटला. महाराज बसले होते ती जागाच फक्त मोकळी होती. पण ज्वाळा अशा होत्या, की केव्हाही त्या महाराजांपर्यंत आल्या असत्या. ते ब्रह्मगिरी गोसाव्याला म्हणाले, ''आत्म्याला आग जाळू शकत नाही ना? ये, इथे पलंगावर बस.'' ती आग पाहून तो आधीच मागे सरकला होता. त्याची बोबडी वळली होती. महाराज भास्कर पाटलांना म्हणाले, ''जा रे त्याला घेऊन ये. पलंगावर बसव.'' आता मात्र तो चांगलाच घाबरला. महाराजांना म्हणाला, ''आम्हाला माफ करा. आम्ही नुसतेच शब्दज्ञानी. पोटासाठी प्रवचनं करतो, पण तुम्ही डोळे उघडलेत. शरण आलो तुम्हाला.''

महाराजांनी प्रेमानं, करुणेनं त्याला समजावलं, ''अरे गीता वाचतोस, एवढे आध्यात्मिक ग्रंथ वाचतोस तर त्याचा उपयोग स्वतःच्या उद्धारासाठी करून घे. अहंकार वाढवून ज्ञान व्यर्थ घालवू नकोस.'' इकडे भक्तांनी महाराजांना पलंगावरून उतरण्याचा आग्रह केला. ''तुम्हाला काही वाटत नाही हो, पण आम्हाला हे दृश्य बघून धडकी भरते. आपण आधी इथून बाजूला व्हा.'' शेवटी महाराज पलंगावरून उठले आणि तो पलंग पूर्ण जळून गेला.

पहाट होण्याच्या आत मनातून पूर्ण विरक्त आणि खरा साधक झालेला ब्रह्मगिरी गोसावी शिष्यांना सोडून एकटाच आत्मशोधाच्या भगव्या वाटेवर निघून गेला.

सत्पुरुष आपली सिद्धी उगाचच वापरत नाहीत. लोकांना दिपवण्यासाठी चमत्कार करीत नाहीत. महाराजांनी हा चमत्कार दाखवून एका माणसाला अहंकारातून, मायेतून मुक्त करून मोक्षाच्या वाटेवर जायला मदत केली.

ईश्वराभिमुख व्हा!

महाराज कृष्णाजी पाटलांच्या मळ्यात राहत होते. एकदा प्रसिद्ध कीर्तनकार गोविंदबुवा टाकळीकर पुन्हा शेगावमध्ये आले. मागेही एकदा ते आले होते; तेव्हाच गजानन महाराज त्यांच्या कीर्तनाला जाऊन बसले होते. गोविंदबुवांच्या मनातला श्लोक म्हणून एक प्रकारे महाराजांनी त्यांना आपला परिचय करून दिला होता. त्यामुळे महाराजांची थोरवी गोविंदबुवांना माहीत होती.

गोविंदबुवांजवळ स्वत:चा एक घोडा होता. त्या काळी ग्रामीण भागात बऱ्याचदा लोक प्रवासासाठी बैल, घोडा वापरत. दुर्गम प्रदेशात किंवा आपल्याला हव्या त्या वेळी जाण्यासाठी हीच खात्रीची सोय होती. बुवांचा हा घोडा अत्यंत नाठाळ होता. तो लोकांना लाथा मारायचा. कुणाच्याही मळ्यात, बागेत घुसून पिकांचं, झाडांचं नुकसान करायचा. क्षणभर एका जागी स्थिर राहायचा नाही. जवळ येणाऱ्यांना चावायचासुद्धा. सगळे उपाय करून झाले होते, पण हा घोडा ठीक होण्याचं काही चिन्ह नव्हतं. त्याला चऱ्हाट्यानं बांधलं, तर तो दातांनी ते चऱ्हाटे तोडून टाकायचा. मग लोखंडी साखळीनं कसंबसं बांधून ठेवत असत. हा घोडा विकून टाकायचे प्रयत्नही त्यांनी केले. पण इतक्या खोड्या अंगात असणारा नाठाळ घोडा विकत कोण घेणार? त्यामुळे बुवा अगदी हैराण झाले होते.

त्या दिवशी शेगावमध्ये आल्यावर बुवा घोड्याला बांधण्यासाठी त्यांची लोखंडी साखळी शोधू लागले. मात्र साखळी काही मिळेना. मग त्यांच्या लक्षात आलं, की आपण घोड्याच्या साखळ्या टाकळीला आपल्या घरीच विसरलो

आहोत. बुवांना काळजी वाटू लागली. लोखंडी साखळीनं व्यवस्थित बांधलं नाही आणि या घोड्यानं शेगावमध्ये काही गोंधळ घातला तर! एव्हाना रात्र झाली होती. शेवटी त्या रात्रीपुरतं घोड्याला चऱ्हाट्यानं बांधावं आणि उद्या लोखंडी साखळीची सोय करावी असं त्यांनी ठरवलं. बुवा झोपायला गेले. पण घोड्याचा नाठाळपणा बुवांना माहीत असल्यानं त्याच्यावर अधूनमधून लक्ष ठेवायचं त्यांनी ठरवलं. काय करेल या धाकानं त्यांना सारखी जाग येत होती. असेच ते रात्रीचे उठले आणि घोडा काय करतो पाहायला बाहेर आले. त्यांचा आपल्या डोळ्यांवर विश्वास बसेना! घोडा इतका शांत कसा उभा आहे? पुढच्या क्षणी मनात शंका आली, आजारी तर नसेल? त्याशिवाय हा असा उभा राहणं शक्य नाही. कंदिलाची वात किंचित मोठी करत ते थोडे पुढे गेले. त्यांनी पाहिलं तर, घोड्याच्या चार पायांमध्ये कोणीतरी झोपलं होतं. त्यांना एकाच वेळी आश्चर्यही वाटलं आणि काळजीही. हा कोण माणूस आहे हे बघायला ते पुढे गेले. बघतात तर काय, साक्षात गजानन महाराज घोड्याच्या पायात झोपले होते! मुखानं 'गण गण गणांत बोते' हा मंत्र चालू होता. जणू काही या मंत्रशक्तीनंच त्यांनी घोड्याला बांधलं होतं. बुवांनी महाराजांचे पाय धरले. त्यांचे अष्टसात्त्विक भाव जागे झाले. ते महाराजांना म्हणाले, ''महाराज, या घोड्यानं मला फार त्रास दिलाय, काय सांगू? आम्हा कथेकऱ्यांचे घोडे कसे गरीब हवे. पण हा भारी नाठाळ. जिथे जाईल तिथे त्रास देई, नुकसान करी. तुमच्या कृपेनं आज हा शांत झाला.'' बुवांच्या डोळ्यांतून अश्रू वाहू लागले आणि उत्स्फूर्तपणे एक श्लोक मुखातून फुलला :

अचिंत्य जगताप्रति कृति तुझी न कोणा कळे ।
असो खलहि केवढा तव कृपे सुमार्गी वळे ॥
उणे पुढति ये तुझ्या खचित रत्नचिंतामणी ।
शिरी सतत माझिया वरदहस्त ठेवा झणी ॥

महाराज घोड्याला म्हणाले, ''अरे, अशा खोड्या बऱ्या नव्हेत. तू शंकराच्या पुढे आहेस. नंदीप्रमाणे वागावे रे!'' मग घोड्याच्या पाठीवरून हात फिरवून गोविंदबुवांना आशीर्वाद देऊन महाराज निघून गेले.

दुसऱ्या दिवशी महाराजांच्या दर्शनाला बुवा कृष्णाजी पाटलांच्या मळ्यात आले. मळ्यात काम करणारे लोक उठून पळायला लागले.

''आरं, पाह्यलं का? बुवा मळ्यात आलेत.''

''येऊ द्येत की मग! तुला काय रं?'' खुरपं चालवतच दुसरा बोलला.

''आरं, त्ये त्येंचा घोड्यावरनं आलंत.''

''बाप रे!'' म्हणून खुरपं चालवणारा उठून उभा राहिला. सगळ्यांना घोड्याबद्दल माहीत असल्यानं सगळे सावध झाले.

''अहो बुवा, ही ब्याद कशाला वं आणली मळ्यात?''

''आता या मळ्याचा सत्यानाश करंल ह्यो मेला!''

बुवा सगळ्यांना शांत करत म्हणाले, ''काळजी नका करू, मंडळी! हा आता काही त्रास देणार नाही बरं... काल महाराजांनी येऊन याच्यावर कृपा केली.''

खरोखर त्यानंतर तो घोडा जितका वेळ मळ्यात होता, तितका वेळ त्यानं कुठल्याही भाजीपाल्याला तोंड लावलं नाही. नासधूस केली नाही. कुणाला त्रास दिला नाही. गरीब गायीसारखा तो शांत उभा होता.

सत्पुरुषांच्या नुसत्या सहवासानंच नाठाळ जनावरांचासुद्धा उद्धार होतो.

हळूहळू शेगावला येणाऱ्या लोकांची संख्या वाढत होती. लोक महाराजांच्या दर्शनाला यायचे. पण सर्व संतांचं जे दुःख असतं तेच महाराजांचं होतं. ते हिऱ्यामोत्यांचं दुकान काढून बसले होते आणि लोक त्यांच्याकडे मीठ-मिरची मागत होते. संत लोकांना अक्षय आनंद देणारं ब्रह्मज्ञान देतात, लोक मात्र संतांकडून ऐहिक इच्छा पूर्ण करण्याची अपेक्षा धरतात.

एकदा रस्त्यावरून चालणारी दोन माणसं आपापसांत बोलत होती.

''एवढ्या लांब बाळापूरहून आलोय, दर्शन व्हायला पाहिजे गड्या हो.''

''होईल रे! पण काय रं, तू गांजा आणलास का?''

''गांजा?''

''आरं, असं काय येड्यावानी बघतोस? सांगितलं होतं ना, महाराजांना सुका गांजा अर्पण करायचा म्हणून? त्यासाठी धोतराला गाठबी मारून ठिवली होती.''

''हात्तिच्या! ते राहिलंच की! आन् काय रं, तू तर आणलाय न्हवं? तुझ्या धोतराची गाठबी तशीच.''

''न्हाय बा, मीबी इसरलो. जाऊ दे, आता पुढच्या वेळी दुप्पट आनू.'' त्यांनी

तसंच महाराजांचं दर्शन घेतलं आणि परत गेले.

पुढच्या वेळीही त्यांचं हेच संभाषण झालं. या वेळीसुद्धा ते विसरलेच गांजा आणायला. तसेच महाराजांना नमस्कार करायला गेले. महाराज भास्कर पाटलांना म्हणाले, ''लोक कसे असतात बघ. नुसत्या धोतराला गाठी मारतात आणि जिन्नस आणायला विसरतात. हे संस्कारी लोक, यांनी तरी खोटं बोलू नये रे...''

दोघेही चपापले. ''महाराज थांबा. आत्ता गांजा घेऊन येतो.'' म्हणून उठले.

महाराजांनी दोघांना थांबवलं म्हणाले, ''आम्हाला गांजाची मुळीच गरज नाही. आता कशाला शिळ्या कढीला ऊत आणताय? जा. तुमची इच्छा पूर्ण होईल. इथे शिवशंकर आहे. त्याच्या पाच वाऱ्या करा.''

महाराजांच्या या बोलण्यात बरंच काही दडलं होतं. एक तर महाराजांना कळलं होतं, की त्यांना काही अर्पण करावं यात त्या लोकांचं प्रेम किंवा भक्ती नव्हती. कुठलीतरी इच्छा पूर्ण होण्याच्या बदल्यात ते गांजा अर्पण करणार होते. ही व्यावहारिक देवघेव होती. मनात अनुसंधान नव्हतं. शिवाय कुठल्या का हेतूनं असेना, देवाला नवस केला, तर तो पूर्ण केलाच पाहिजे ही शिकवणही त्यांना द्यायची होती. नाहीतर खोटं बोलल्यासारखं होतं. कुठलेही संत असं म्हणत नाहीत, की मी तुमच्यावर कृपा करतो. परमेश्वर कृपा करतो असंच ते म्हणतात. माणसांचं लक्ष ऐहिकावरून काढून ईश्वराकडे वळवण्यासाठीच ते अवतार घेतात.

माणसानं ईश्वराभिमुख का व्हायला हवं?

आपल्याला नेहमी दिसतं, की पैसा, शरीर, नाती, कीर्ती ही सगळी सुखं अशाश्वत आहेत. यातली कुठली गोष्ट केव्हा जाईल किंवा संपेल सांगता येत नाही. त्याप्रमाणे यातून मिळणारा आनंदही हळूहळू कमी होत जातो. मग हे मिळवूच नये का? असं नाही. या जगात राहायचं, जगायचं तर पैसा, आरोग्य, नाती-गोती सगळं आवश्यक असतं. ईश्वराचा खरा भक्त हे मिळवतो, पण यातच रमत नाही. यासाठी तो हपापलेला नसतो. म्हणून संयमी, नीतिमान असतो. व्यवहारातल्या अपयशानं खचून जात नाही. हे शाश्वत नाहीच आहे, हे त्याला माहीत असतं आणि मुख्य म्हणजे शाश्वताची, भक्तीची गोडी त्याला कळलेली असते. म्हणून माणसांना ईश्वराभिमुख करण्यासाठी संत प्रयत्न करतात.

संत ऐहिकात गुंतलेल्यांना जशी ईश्वराची गोडी लावतात, तसेच ईश्वरभक्त असलेल्यांना ज्ञान देतात. एकच आत्मा सर्वांसाठी कसा आहे हे दाखवून देतात.

बाळापूरलाच बाळकृष्णबुवा नावाचे एक अत्यंत सश्रद्ध रामदासी होते. त्यांची पत्नी पुतळाबाई हीदेखील पतीच्या पावलावर पाऊल ठेवणारी. हे दांपत्य दरवर्षी बाळापूरहून सज्जनगडला पायी वारी करीत असे. पौष महिन्यात ते बाळापूरहून निघत. वाटेतली गावं मागं टाकत जांब या गावी येत. तिथे थोडा जास्त मुक्काम करीत, कारण ते समर्थांचं जन्मगाव. बरोबर माघ शुद्ध प्रतिपदेला ते सज्जनगडावर येत. माघ शुद्ध नवमीला समर्थांचा जन्मोत्सव झाला, की परत यायला निघत. त्यांच्याजवळ अत्यंत जरुरीपुरतं सामान, म्हणजे एक कुबडी (जप करताना हात ठेवण्यासाठी वापरतात ती), गोधडी, दासबोध इतकंच असे. जिथे मुक्काम करीत तिथे माधुकरी मागून स्वयंपाक करीत आणि समर्थांना नैवेद्य दाखवून भोजन करीत.

हा नेम कित्येक वर्षं नेमानं आणि श्रद्धेनं चालला होता. पण सरत्या वर्षांबरोबर बाळकृष्णबुवांना वृद्धत्व जाणवू लागलं. वय साठीच्या पुढे गेलं. आता अशी वारी पुन्हा होईल असं वाटेना. त्या शेवटच्या वारीच्या वेळी गडावरून परत जायची वेळ झाली. समर्थांचा निरोप घ्यायचा... बाळकृष्णबुवांचा गळा दाटून आला. आता पुन्हा या सज्जनगडावरच्या पावन मातीला पाय लागतील की नाही... कुणास ठाऊक! हा निरोप अखेरचा तर नाही? या विचारानं डोळ्यातून अश्रू वाहू लागले.

त्यांनी समर्थांना हात जोडून प्रार्थना केली, ''सद्गुरुराया, आजपर्यंत सेवा करून घेतलीत. तुमचीच ही कृपा. पण आता देह थकला. मनाचा उत्साह कायम आहे. पण काय उपयोग? ही अशी पायी वारी आता देहाला झेपणार नाही हो... आणि वाहनानं यावं, तर तितकं आर्थिक बळही नाही.'' बाळकृष्णबुवांचा कंठ दाटून आला. डोळ्यांतून अश्रू ओघळू लागले. ते हलकेच पुसून अस्वस्थ मनानं ते अंथरुणावर पडले. उद्या निघायचं म्हणून!

रात्री त्यांच्या मस्तकावरून प्रेमानं एक हात फिरत होता. त्यांनी हलकेच डोळे उघडले, तर समोर समर्थ रामदास! त्यांना म्हणाले, ''काळजी करू नकोस. इथून पुढे इथे नाही आलास तरी चालेल. बाळापूरला घरीच आमचा उत्सव करीत जा... आणि बरं का, या वर्षी मी स्वतः तुझ्या घरी येईन नवमीच्या दिवशी.'' बाळकृष्णबुवा नमस्कारासाठी वाकणार, तोच त्यांना खडबडून जाग आली. त्यांना स्वप्न पडलं होतं. पण स्वप्नात समर्थांनी जे सांगितलं, त्यामुळे ते कृतार्थ झाले. समर्थांना नमस्कार

करून बाळापूरला परत आले.

बाळकृष्णबुवा तसे सज्जन, धार्मिक गृहस्थ. त्यांची समर्थभक्ती सगळ्या गावाला ठाऊक होती. त्यामुळे पुढच्या वर्षीच्या माघ शुद्ध प्रतिपदेपासून बाळकृष्णबुवांच्या घरच्या उत्सवाला सगळा गाव मदतीला आला. दासबोधाचं पारायण, सकाळ-संध्याकाळ आरती, पूजा, नैवेद्य; सगळं भक्तिभावानं सुरू होतं. घराला जणू सज्जनगडाचं रूप आलं होतं. माघ शुद्ध नवमी! सकाळपासून बाळकृष्णबुवांचं आणि पुतळाबाईचं हृदय आतुर झालं होतं. आज समर्थांची पुण्यपावन पावलं घराला लागणार होती. सकाळची पूजा, आरती झाली. दासबोध पारायणाची समाप्ती झाली. महाप्रसादासाची वेळ झाली.

आणि अंगणात खणखणीत आवाजात श्लोक ऐकू आला :

अहल्या शिळा राघवे मुक्त केली ।
पदी लागता दिव्य होऊनि गेली ॥
जया वर्णिता शीणली वेदवाणी ।
नुपेक्षी कदा राम दासाभिमानी॥
जय जय रघुवीर समर्थ।

बाळकृष्णबुवा गडबडीनं बाहेर आले. समोर गजानन महाराज उभे होते. सडसडीत, उंच देहयष्टी, आजानुबाहू, दिगंबर, तेजस्वी दृष्टी... सश्रद्ध बाळकृष्णबुवांनी त्यांना साष्टांग नमस्कार केला. श्रद्धेनं घरात नेऊन पाटावर बसवलं. त्यांच्या मनात आलं, बरं झालं याही संताचे पाय माझ्या घराला लागले. पण माझी समर्थ माउली का नाही आली? आईची वाट पाहावी आणि मावशी समोर यावी तसं झालं. मावशीबद्दल प्रेम, आदर, जिव्हाळा असतोच; पण आई ती आईच! तसं गुरुतत्त्व एकच असलं, तरी प्रत्येकाला आपले गुरू जास्त प्रिय असतात.

गजानन महाराजांना नमस्कार करायला बाळकृष्णबुवा वाकले, तर पायात खडावा, भगव्या रंगाची कौपिन, काखेत झोळी, दाढी असं समर्थांचं रूप डोळ्यांसमोर दिसलं! पटकन उठले, तर समोर गजानन महाराज. असं खेळासारखं व्हायला लागलं. क्षणात गजानन महाराज, क्षणात समर्थ रामदास एकाच देहात आलटून पालटून दिसू लागले. गोंधळलेल्या बाळकृष्णबुवांना महाराज म्हणाले, ''अरे, असा गोंधळतोस कशाला? वरचा देह बघतोस; पण अंतरात्म्याकडे दुर्लक्ष करतोस. अरे, मीच पूर्वी सज्जनगडावर होतो, आता शेगावात आहे.''

बाळकृष्णबुवांनी समाधानानं महाराजांना महाप्रसाद अर्पण केला. रात्री त्यांचा तिथेच मुक्काम होता. बुवांची उरलीसुरली शंका निरसन व्हावी म्हणून की काय, समर्थ पुन्हा स्वप्नात येऊन म्हणाले, ''तुला दिलेलं वचन पूर्ण करायला मी आलो आहे. गजानन महाराज हे माझंच रूप आहे.''

आता बाळकृष्णबुवांची पूर्ण खात्री पटली. निःशंक मनानं त्यांनी महाराजांची षोडशोपचार पूजा केली. आता काही दिवस इथेच राहा म्हणून विनंतीही केली. पण महाराज म्हणाले, ''आज नाही, पण नंतर आम्ही बाळापूरला जरूर येऊ.''

नेहमीच्या वेगाने महाराज तिथून निघूनही गेले.

गजानन महाराज हे समर्थ रामदास स्वामींचाच अवतार आहेत अशी खूप जणांची श्रद्धा तेव्हाही होती, आताही आहे. ते खरं असू शकेल, कारण ते समर्थांचा अवतार नाहीत असं सिद्ध करता येत नाही. पण ते म्हणजे साक्षात समर्थ रामदासच होते हेदेखील तर्कशुद्ध पद्धतीने सांगता येत नाही.

पण सश्रद्ध माणसांची नेहमीच एका गोष्टीवर श्रद्धा असते, की गुरू म्हणजे कुणी देहधारी व्यक्ती नाही. गुरू हे तत्त्व असतं आणि गुरुतत्त्व एकच असतं. समर्थांचंच वचन आहे,

साधू दिसती वेगळाले । परी ते स्वरूपी मिळाले ॥

याच वचनाचा अनुभव आज बाळकृष्णबुवांना आला होता.

भक्तांची अचूक पारख

महाराजांची ख्याती सर्वदूर पसरलेली असल्यानं विविध गावांत, शहरांत महाराजांचे शिष्य होते. अमरावतीला आत्माराम भिकाजी देशपांडे नावाचे प्रांत जिल्हाधिकारी होते. त्यांचा हुद्दा मोठा, घरची श्रीमंतीही भरपूर. पण त्या श्रीमंतीपेक्षा आत्मारामपंतांकडे भक्तीची श्रीमंतीही फार मोठी होती. महाराजांवर त्यांची फार भक्ती. एका वर्षी नवरात्रातल्या कुळधर्माला महाराजांना बोलवावं असं त्यांना वाटलं. म्हणून ते महाराजांना येऊन भेटले आणि महाराजांना अमरावतीला येण्याची विनंती त्यांनी केली. त्यांची श्रद्धा जाणून महाराजही तयार झाले.

आत्मारामपंतांकडे पूजेची जय्यत तयारी झाली. महाराज आल्यावर त्यांनी महाराजांना चंदनी चौरंगावर बसवलं. चांदीच्या थाळीत त्यांचे पाय ठेवून ते धुतले. स्वच्छ मऊ कापडानं पुसले. त्यावर चंदनानं स्वस्तिक रेखलं. भाळावर कुंकमतिलक लावला. अत्तर लावलं, रेशमी वस्त्र पांघरलं आणि टपोऱ्या, ताज्या गुलाबांचा हार त्यांच्या गळ्यात घातला. घरात धूप दरवळत होता. समया प्रकाशमान होत्या. आत्मारामपंतांनी सपत्निक महाराजांची आरती केली आणि चांदीच्या ताटात महाप्रसाद वाढून आणला. सुरेख रांगोळी काढली होती. वातावरण अगदी प्रसन्न होतं. महाराज तर त्यांच्या भक्तिभावानं तृप्त झाले होते.

बाळाभाऊ हा आत्मारामपंतांच्या बहिणीचा मुलगा, त्यांचा भाचा खास नवरात्रानिमित्त मामाकडे आला होता. तसा एरवी तो मुंबईला राहायचा. तारमास्तर म्हणून नोकरी करायचा. सद्गुरुभेटीची आस त्यालाही लागली होती. मुंबईमध्ये

स्वामी समर्थांच्या मठात दर्शनाला जायचा. गजानन महाराजांची तेजस्वी मूर्ती त्यानं पाहिली आणि त्याला वाटलं, हेच आपले सद्गुरू! आता शोध संपला.

अमरावतीत महाराजांचे इतरही अनेक शिष्य होते. सगळ्यांच्याच घरी त्यांच्या पूजा होत होत्या. त्या सगळ्या पूजांना बाळाभाऊ हजर असायचे. आणखी एक दाम्पत्य अमरावतीत होतं. गणेशअप्पा आणि त्यांच्या पत्नी! अत्यंत सश्रद्ध! प्रत्येक घरी पूजेला तेही दोघं येत. मनातून त्यांना वाटायचं, आपल्यालाही महाराजांची अशी पूजा करता आली तर? पण इतरांच्या घरातल्या थाटामाटाच्या पूजा बघून ते दिपून गेले होते. त्यांची परिस्थिती बेताची होती. तरीही एकदा गणेशअप्पांची पत्नी म्हणालीच, ''ऐकलं का? महाराजांना आपल्या घरी बोलवावं असं माझ्या फार मनात येतंय.''

''अगं, वेडी का खुळी तू? बघत नाहीस का, केवढ्या श्रीमंतांच्या घरी त्यांच्या पूजा होतात... ती चांदीची ताटं, चंदनी चौरंग, त्या मोठमोठाल्या समया आणि नैवेद्याला तर काय काय? अगं, अन्नपूर्णेचं स्वयंपाकघर साक्षात प्रगट होतं तिथे! आपण काय देणार त्यांना? लाकडाच्या पाटावर, पितळी ताट ठेवू, फार फार तर शिरा वाढू शकू... नको... बरं नाही वाटत ते. आपण नकोच बोलवायला...''

''अहो, असं कसं म्हणता? एवढी पुराणं वाचली, कीर्तनं ऐकली... देव भक्तीचा भुकेला असतो, हो ना? आपला भाव जाणतील ते.''

गणेशअप्पा यावर काही बोलले नाहीत. मनातून त्यांना संकोच वाटत होता. मग म्हणाले, ''बरं बघू. आज दादासाहेब खापर्डेंकडे आहे पूजा, येतेयस का?''

''अगोबाई! दादासाहेब खापर्डे म्हणजे टिळकांचे मित्र! त्यांना वकिलीतून हजारो रुपये मिळतात. पण माणूस मोठा श्रद्धाळू हो. चला जाऊ या.''

दादासाहेबांकडेही पूजेचा मोठा थाट होता. बाळाभाऊ तिथे होतेच. गणेशअप्पा थोडे मागे गर्दीत लपले होते. सद्गुरुरूप डोळा भरून पाहत होते. तिथल्या थाटामाटानं बावरून गेले होते. पूजा-आरती झाली. सगळ्यांनी दर्शन घेतलं. मध्येच महाराज उठले आणि कोपऱ्यात उभ्या असलेल्या गणेशअप्पांकडे गेले. त्यांचा हात धरला आणि म्हणाले, ''तुझं घर कुठे आहे रे? तुझ्या घरी यावं वाटतं, गड्या... जरा बसावं वाटतं निवांत...''

गणेशअप्पांचा स्वतःच्या डोळ्यांवर आणि कानांवर विश्वास बसेना. डोळ्यांतून अश्रूंच्या धारा सुरू झाल्या. महाराज म्हणाले, ''अरे, असा संकोच करू

नये. मनात इच्छा असेल ती बोलावी.''

शेवटी गणेशअप्पांबरोबर महाराज त्यांच्या घरी गेले. त्या पती-पत्नींनी त्यांची भावपूर्ण पूजा केली. 'आता आयुष्याची इतिकतर्व्यता झाली' असं म्हणून त्यांनी आपला संसारच त्यांच्या पायी वाहिला. खरोखरच आता हा संसार महाराजांना अर्पण केला असं मानून त्यांनी ते घर, अमरावती सोडली आणि महाराजांच्या सेवेत त्यांच्याबरोबर राहू लागले.

महाराज अमरावतीहून पुन्हा शेगावला आले. त्यांच्याबरोबर बाळाभाऊही आले. त्यांना महाराजांची इतकी ओढ लागली होती, की ते नोकरीला जायचे आणि पुन्हापुन्हा रजा काढून यायचे. हे खूप वेळा झाल्यावर त्यांनी नोकरीचा राजीनामा दिला आणि पूर्ण वेळ महाराजांच्या सेवेत रुजू झाले.

शेगावला आल्यावर महाराज नेहमीप्रमाणे कृष्णाजी पाटलांच्या मळ्यात राहायला जाणार, असं साऱ्यांना वाटत होतं. पण मोट्यांच्या शिवमंदिरापाशी एक ओसाड जागा होती, तिथे ते गेले. महाराज परत आले ही बातमी शेगावात सगळीकडे पसरली. कृष्णाजी पाटलांच्याही कानावर आली, पण ते आपल्या मळ्यात आले नाहीत, याचं कृष्णाजी पाटलांना फार वाईट वाटलं. धावतच ते महाराजांकडे गेले आणि त्यांच्या पायाशी बसून रडायलाच लागले.

त्रिकालज्ञ महाराजांनी विचारलं, ''कृष्णा, अरे काय झालं?''

''महाराज, माझ्या मळ्याचा त्याग का केलात? तुम्ही घरी राहणार का? चला, तुमच्यासाठी माझं घर आत्ता रिकामं करतो. माझं काही चुकलं असेल तर सांगा, पण असा माझा त्याग करू नका.''

''अरे, तुमच्या सगळ्यांच्या हितासाठीच मी इथे आलोय.''

''पण महाराज, ही जागा असोलकरच्या नावाच्या देशमुखांच्या बाजूच्या एका माळ्याच्या मालकीची आहे. इथं कुठं राहता, महाराज? चला, आपल्या जागेत चला. उठा की...''

''कृष्णा, ही आमची बाजू, ती त्यांची असे सगळे विचार सोडून दे बघू. ही दुफळी तुमचं, या गावाचं खूप नुकसान करेल. जा बंकटलालला घेऊन ये बरं.''

कुणीतरी बंकटलालला आणलं. तो मोठा गोड बोलायचा. सगळ्यांमध्ये समन्वय घडवून आणायचा. त्यानं कृष्णा पाटलांची समजूत घातली.

''अरे, प्रत्येक गोष्ट करण्यामागं महाराजांचं एक कारण असतं. ते माझ्या घरातून निघाले, तेव्हा मी काय केलं सांग बघू? ती फक्त आपलीच गुरुमाउली नाही. सगळ्या जगाची माउली आहे.''

''अहो, पण असोलकर...''

''चांगला माणूस आहे तो! महाराज याच मंदिरात दिसले होते मला, तेव्हा त्यांच्याच घरची झुणकाभाकरी खाल्ली होती महाराजांनी. किती आनंदानं दिली होती त्यांनी.''

आणि असंच झालं. असोलकरांनी ती आपल्या मालकीची ओसाड जागा दिली आणि तिथे महाराजांचा साधासा मठ उभा राहिला. त्यात महाराजांबरोबर भास्कर पाटील, बाळाभाऊ, पीतांबर शिंपी, गणेशअप्पा आणि त्यांची पत्नी चंद्राबाई हे राहत होते.

भास्कर पाटील महाराजांचे निस्सीम भक्त होते, साधक होते. ते विरक्त होते. सद्‌गुरूंसाठी सारे ऐहिक आशापाश त्यांनी क्षणात सोडले होते. तरीही बाळाभाऊंचं कायमचं मठात येऊन राहणं त्यांना खटकायला लागलं. बऱ्याच लोकांना हा प्रश्न पडतो, की अध्यात्माच्या, भक्तीच्या क्षेत्रात असणाऱ्या माणसांच्या मनात या भावना कशा काय उद्‌भवतात? अहंकार, मत्सर, एखादी गोष्ट आवडणं, न आवडणं याच्या पलीकडे साधकांनी जायला नको का? खरं म्हणजे अध्यात्मपथावर वाटचाल करू लागलेला शिष्य म्हणजे शिक्षणासाठी प्रवेश घेतलेला विद्यार्थी असतो. आपापल्या आध्यात्मिक प्रगतीप्रमाणे कुणी पहिलीत असतं, कुणी पाचवीत, तर कुणी महाविद्यालयात असतं. पण पूर्णत्व कोणालाच आलेलं नसतं. सद्‌गुरू शिष्याला हळूहळू प्रगतिपथावरून पूर्णत्वाकडे नेतात आणि ते प्राप्त झालं, की शिष्य मोक्ष प्राप्त करतो. कुठल्याही क्षुद्र भावनांच्या पलीकडे जातो. तोपर्यंत या भावना माणूस म्हणून कोणाच्याही मनात येऊ शकतात.

त्यामुळेच भास्कर पाटील बाळाभाऊंबद्दल कुरकुर करू लागले होते. 'हा इथले

पेढे-बर्फी खायला सोकावलाय, म्हणून इथे राहतो. होती ती नोकरी करायला काय झालं होतं?' असं म्हणू लागले. बाळाभाऊ याकडे दुर्लक्ष करीत, पण एकदा भास्कर पाटील महाराजांनाच म्हणाले, "हा मठात पेढे-बर्फीच्या आशेनं राहतोय. एकदा चांगला मार देऊन घालवा त्याला इथून."

महाराजांनी भास्कर पाटलांकडे पाहिलं. नेमक्या शेजारी उभ्या असलेल्या गृहस्थांच्या हातात चांगली मोठी छत्री होती. पटकन ती छत्री घेऊन महाराज जवळ उभ्या असलेल्या बाळाभाऊंना खरंच जोरजोरात मारू लागले. त्यांनी इतकं मारलं, की छत्री तुटून गेली. मग महाराजांनी एक वेळूची काठी घेतली आणि काठीनं त्यांना बडवून काढायला सुरुवात केली. पाहणारे सगळे घाबरले. भास्कर पाटील तर अधिकच घाबरले. कारण त्यांच्याच सांगण्यावरून महाराजांनी मारायला सुरुवात केली होती. पण आता त्यांची पुढे जाण्याची हिंमत होईना. इकडे महाराजांनी तर मारून मारून ती काठीही तोडली. मग त्यांनी बाळाभाऊंना हातापायानं मारायला सुरुवात केली. शेवटी मठात आलेल्या बंकटलालना हे बघवेना. त्यांनी पुढे जाऊन महाराजांचा हात धरला आणि म्हणाले, "महाराज, थांबावं आता. नका मारू इतकं."

महाराज थांबून हसले आणि म्हणाले, "मी मारतोय कुठे त्याला? काहीतरीच काय? बघा बरं त्याच्याकडे."

बघतात तर सहज उठून बसलेले बाळाभाऊ हसत होते. अंगावर कुठेही एकही वळ नव्हता.

"मला तर कुठेच लागलं नाही," ते म्हणाले.

आता बाळाभाऊंचा अधिकार सगळ्यांना कळला. महाराजांनी यात दोन गोष्टी साधल्या होत्या. एक, भास्कर पाटलांना सेवेचा सूक्ष्म अहंकार निर्माण झाला असेल, तर तो दूर केला. दुसरी गोष्ट म्हणजे, बाळाभाऊंची योग्यता महाराजांनी सिद्ध केली. त्यांच्यापासून काय लपून राहणार? ते भूत-वर्तमान-भविष्य जाणत होते. महाराजांच्या समाधीनंतर बाळाभाऊच उत्तराधिकारी होणार आहेत हे महाराजांना माहीत होतं. त्यामुळेच त्यांची योग्यता सगळ्या लोकांसमोर त्यांनी सिद्ध केली. इथून पुढे बाळाभाऊंना मठात कुणीही एक शब्दही बोलले नाही.

संतांमध्येही आपल्या कार्याला अनुसरून वेगवेगळे स्वभाव धारण करणारे संत असतात. त्यांचा मूळ स्वभाव करुणापूर्ण, आनंदमय, दिव्य प्रेमानं ओतप्रोत भरलेलाच असतो. पण काही अतिशय प्रेमळ, काही एकनाथांसारखे शांत, काही तुकारामांसारखे कडक असतात. गजानन महाराज, स्वामी समर्थ यांनी आपल्या अंतःकरणातील दिव्य प्रेम, सर्व जीवमात्रांबद्दल असलेली कळकळ आपल्या रांगड्या रूपाखाली झाकून ठेवली होती. उगाच कुणीही ऐरागैरा त्यांच्याजवळ जाऊ शकत नसे. जे खरे शिष्य असतील, तेच त्यांच्या उग्र रूपापुढे टिकतील, अशी अवस्था!

शेगावच्या जवळच टुणकी नावाचं एक छोटं गाव होतं. या गावातून आप्पा जोशी नावाचे गृहस्थ महाराजांच्या दर्शनाला येत. त्यांची महाराजांवर विलक्षण श्रद्धा होती. येताना आपले बंधू बाळकृष्ण यांनाही ते बरोबर आणत. खरं म्हणजे या बाळकृष्णाला महाराजांबद्दल विशेष श्रद्धा किंवा प्रेम नव्हतं. बाळकृष्ण सोवळंओवळं पाळणारे, कर्मठ, वेदविद्याविभूषित होते ते. महाराजांचं वागणं त्यांना वेड्यासारखं वाटे. महाराज त्यांना 'अनंता' म्हणत. वेदविद्या असली, तरी अनंताजवळ बोलण्याची शैली नव्हती. पण महाराजांनी त्यांना मठात एकदा कीर्तन करायला लावलं आणि त्यांना वक्तृत्वकलाही अवगत झाली.

एकदा मठात सगळे झोपले असताना अनंताच्या पायाचा स्पर्श महाराजांना झाला. महाराजांनी अनंताला काठीचा प्रसाद दिला. अनंताच्या बंधूंच्या लक्षात आलं, की महाराजांची अनंतावर कृपा झाली आहे. पुढे अनंताला महाराजांनी गावी जाऊन कीर्तन करण्याची आज्ञा दिली. त्यांनी अतिशय सुंदर कीर्तनं केली आणि नेहमी महाराजांचेच गुणवर्णन करत राहिले.

महाराजांचा प्रभाव माणसांवरच नव्हे, तर प्राण्यांवरही पडत होता. गोविंदबुवा टाकळीकरांच्या घोड्याला महाराजांनी शांत केलं, हे आपण पाहिलंच! तशीच एक गाय बाळापूरला होती. सुकलाल आगरवाल यांची ही गाय अत्यंत द्वाड होती. गायीच्या जातीला न शोभणाऱ्या साऱ्या खोड्या तिच्यामध्ये होत्या. ती घरात कधी बांधून घेत नसे. सदैव रस्त्यावर फिरताना बाजारातल्या भाज्यांमध्ये तोंड घाल, धान्याच्या पोत्यात तोंड घाल, शिंगांनी वस्तू उलथून टाक अशा खोड्या करायची.

लोकांना लाथा मारायची. एकदा एका पठाणानं तिला गोळी मारायचाही प्रयत्न केला होता; पण ही अशी द्वाड, की हिनं त्यालाच शिंगांनी खाली पाडलं. अशा गायीला विकत तरी कोण घेणार? बरं, तिला एकदा दूर सोडूनही आला होता सुकलाल. पण ती बरोबर घरी परत आली. शेवटी लोकांनी त्याला सुचवलं, तू ही गाय गजानन महाराजांच्या मठाला का देत नाहीस? महाराजांनी गोविंदबुवांचा घोडा शांत केला, तशी ही गायही महाराज शांत करतील हा लोकांचा विचार सुकलालला पटला. ती गाय शेगावला न्यायची कशी हा प्रश्न होता. शेवटी तिच्यापुढे खाण्यासाठी भरपूर चारा ठेवून लोकांनी तिला चऱ्हाटे, लोखंडी साखळ्या वगैरेंनी बांधली. गाडीत चढवली आणि शेगावची वाट धरली. पण शेगाव जसजसं जवळ यायला लागलं, तसतसा तिच्या स्वभावात फरक पडला. ती अचानक शांत होत चालली.

महाराजांसमोर आणल्यावर महाराजांनी आधी तिची सगळी बंधनं सोडवली आणि म्हणाले, ''अरेरे, काय अवस्था केलीत रे या गायीची? ही वाघीण आहे का अशी बांधायला? ये बाई, ये.''

गायीच्या डोळ्यांतून अश्रू वाहू लागले. तिनं समर्थांना तीन प्रदक्षिणा घातल्या आणि ती त्यांचे पाय चाटू लागली. तिच्या पाठीवर हात फिरवीत महाराज म्हणाले, ''माय गं, असा द्वाडपणा बरा नाही. आता कुठे जाऊ नको. या मठातच राहा बरं.''

ती गाय मठातच राहिली, महाराजांच्या सेवेत. पुढे तिला कधी बांधायचंही कारण पडलं नाही. तिचाच वंश अजून शेगावात नांदतो आहे.

भक्तीत खोट... नशिबी भोग

प्रत्येक माणसाचे काही भोग कर्मसिद्धान्ताप्रमाणे असतात. ते त्याला भोगावेच लागतात. पण सद्गुरू काय करतात? तर आपली पुण्याई वापरून ईश्वराला प्रार्थना करतात आणि भक्तांचे भोग नष्ट तरी करतात, नाहीतर कमी तरी करतात. वडिलांनी कडकपणे शिक्षा दिली, तर आई त्यांना गोड बोलून समजावते आणि 'लेकरू सुधारेल हो, मी सांगेन त्याला' असं म्हणते तसंच सद्गुरू आणि ईश्वराचं नातं असतं. पण काही वेळा लेकरू सुधारण्याच्या पलीकडे गेलेलं असतं. आईची मायाही फार काही करू शकत नाही.

करंजे गावच्या लक्ष्मण घुडे या माणसाच्या बाबतीत असंच झालं होतं. लक्ष्मणाला 'संग्रहणी' नावाचा पोटाचा विकार होता. किती प्रकारची औषधं घेऊन झाली. एका वैद्यांचं औषध अजून चालू होतं. पण कशाचाच उपयोग होत नव्हता. लक्ष्मण यातून वाचेल असं काही वाटत नव्हतं.

शेवटचा उपाय म्हणून त्याची पत्नी त्याला मोठ्या कष्टानं महाराजांकडे शेगावला घेऊन आली. महाराजांना बघून तिचा बांध फुटला. पदर पसरून ती महाराजांना प्रार्थना करू लागली, ''मला तुमची मुलगी समजा आणि माझं कुंकू राखा. यांना बरं करा.''

महाराज त्या वेळी आंबा खात होते. तोच आंबा त्यांनी तिच्याकडे फेकला आणि म्हणाले, ''हा खायला दे त्याला, बरं वाटेल.''

तिनं अत्यंत भक्तिभावानं आपल्या पतीला तो आंबा खाऊ घातला. गावी

गेल्यावर सगळ्यांनी विचारलं, ''शेगावला काय झालं?'' जे झालं ते ऐकल्यावर मात्र सगळेच तिला बोलू लागले. वैद्यांनी तर अगदी तीव्र शब्दांत सांगितलं, ''या रोगासाठी आंबा हे कुपथ्य आहे. तरी का आंबा खाऊ घातलात त्यांना?''

पण प्रत्यक्षात झालं उलटंच. आंबा खाल्ल्यावर एक-दोन रेच होऊन गेले आणि लक्ष्मणाला बरं वाटायला लागलं. अंगात हळूहळू शक्तीही आली. मग एके दिवशी लक्ष्मण पत्नीसह शेगावला आला. त्यानं महाराजांना नमस्कार करून आपल्या घरी येण्याचा खूप आग्रह केला. शेवटी महाराज तयार झाले. घरी आल्यावर लक्ष्मणानं महाराजांची षोडशोपचारे पूजा केली. चांदीच्या ताटात नैवेद्य दाखवला. महाराजांना म्हणाला, ''हा सगळा संसारच तुमच्या पायी अर्पण केला आहे.'' एका ताटात काही रुपये दक्षिणा म्हणून ठेवले.

महाराज म्हणाले, ''अरे, सगळंच माझ्या पायी अर्पण केलं आहेस ना? मग हे रुपये तुझे म्हणून दक्षिणा कशी देतोस?''

लक्ष्मण निरुत्तर झाला.

महाराज म्हणाले, ''सगळा संसार माझ्यापायी ठेवला आहेस. आता सगळी दारं उघड, कुलपे रस्त्यावर फेकून दे. तिजोरीचंही दार उघड.''

आता लक्ष्मणाचं धाबं दणाणलं! हा अवलिया, फकीर माणूस! याला संपत्तीची गरज नाही हे खरंय. पण आपण एवढ्या कष्टानं कमावलेलं धन हा खुशाल गोरगरिबांना वाटून टाकायचा. अजून आमचं पुढचं सगळं आयुष्य जायचंय, या विचारानं त्याच्या मनात चलबिचल सुरू झाली.

हा खरंच चिंतन करण्याचा मुद्दा आहे. बंकटलाल श्रीमंत सावकार होता. त्याची महाराजांवर श्रद्धा होती. तो म्हणायचा, ''माझ्या घरात संपत्ती, लक्ष्मी आहे; कारण महाराज तुम्ही माझ्या घरात आहात.'' नंतर महाराज त्याच्या घरातून गेले. तरी महाराज म्हणजे फक्त देहधारी नाहीत. सूक्ष्मरूपानं त्यांचं अस्तित्व आपल्या घरी आहेच हे तो समजून होता. त्यामुळे महाराजांचा प्रसाद मानून स्वतःच्या श्रीमंतीचा उपभोग घेत होता. त्या श्रीमंतीचा समाजासाठीही उपयोग करीत होता.

गणेशअप्पा, चंद्राबाई यांनी महाराजांसाठी संसार सोडला म्हणजे पूर्ण सोडला. ते महाराजांच्या सेवेतच राहू लागले.

लक्ष्मण घुडेची श्रद्धा या दोन्ही प्रकारांत बसणारी नव्हती. खरं म्हणजे त्याची श्रद्धाच नव्हती. आपला आजार बरा केला म्हणून तात्पुरती निर्माण झालेली

कृतज्ञतेची भावना होती ती. तो दांभिक होता. म्हणून महाराजांच्या आग्रहाखातर त्यानं तिजोरी उघडली खरी, पण खोलीच्या उंबऱ्यावरच बसून राहिला. महाराजांनी ती संपत्ती घेऊन कुठेही जाऊ नये म्हणून! महाराजांपासून काय लपून राहणार? त्यांना लक्ष्मणाचा दांभिकपणा कळला.

''मी तुला खूप काही देण्यासाठी आलो होतो खरं म्हणजे, पण आता मी तुला तुझ्या नशिबावर सोडतो,'' असं म्हणून महाराज निघून गेले.

खऱ्या भक्ताला सद्गुरू कधी वाऱ्यावर सोडत नाहीत. अडचणीच्या काळात त्याच्या मदतीला धावून येतात आणि त्याचे प्रारब्धभोग कमी किंवा सुसह्य करतात.

लक्ष्मण घुडेचे तसे झाले नाही. त्याच्या समृद्धीला ओहोटी लागली आणि हळूहळू तो एक साधा गरीब माणूस झाला.

भक्तांचे रक्षण आणि उद्धरण

बाळकृष्णबुवांच्या समर्थांच्या पुण्यतिथीच्या उत्सवात महाराजांनी वचन दिलं होतं. मी पुन्हा बाळापूरला येईन. त्यानुसार ते दुसऱ्या वर्षी पुन्हा बाळापूरला गेले. आता सुकलाल हाही बाळापूरचा त्यांचा एक भक्त तिथे होता. महाराजांबरोबर त्यांचे शिष्य भास्कर पाटील, पीतांबर शिंपी, बाळाभाऊ, गणेशअप्पा वगैरे होतेच. समर्थांचा उत्सव यथासंग पार पडला. येताना एक अकल्पित घडलं. एक पिसाळलेलं कुत्रं भास्कर पाटलांना येऊन चावलं. लोक धावून आले. त्या कुत्र्याला हाकललं. भास्कर पाटलांवर प्रथमोपचार केले आणि त्यांना डॉक्टरकडे घेऊन जाऊ लागले. पण भास्कर पाटलांना ते काही पटेना. ते म्हणाले, ''मला महाराजांकडे घेऊन चला. माझे डॉक्टर तेच.''

सद्गुरूंवर एरवी श्रद्धा असणं, संसारातल्या एखाद्या अवघड प्रसंगातून ते आपल्याला तारून नेतील, यावर दृढ विश्वास असणं हे वेगळं आणि जीवघेणा शारीरिक त्रास, वेदना होत असताना वैद्यकीय उपचार नाकारून फक्त सद्गुरूंवर विश्वास ठेवणं ही श्रद्धेची पराकाष्ठा आहे. भास्कर पाटील हे अशा शिष्योत्तमांपैकी होते.

त्यांना महाराजांकडे आणलं. महाराज म्हणाले, ''वैर, हत्या आणि ऋण कधी चुकत नाही. ते फेडावंच लागतं.'' आता भास्कर पाटलांनी कुणाशी वैर केलं होतं? या जन्मी तरी कोणाशीच नाही. पण मागच्या जन्मात त्यांनी कुणाशी तरी वैर केलं होतं आणि तो वैरी इथे कुत्रं होऊन चावला. आता भास्करनं त्या कुत्र्याबद्दल

मनात वैर धरू नये, नाहीतर ते वैर त्याच्या पुढल्या जन्माला कारणीभूत होईल, असं महाराजांनी त्यांना सांगितलं. इथे क्षमेचं महत्त्व जणू महाराजांनी दाखवून दिलं आहे. एखादी व्यक्ती आपल्याशी वाईट वागली, तर तिच्याविषयी मनात द्वेष ठेवू नये. तिला क्षमा करावी. नाहीतर जन्ममरणाची ही साखळी पुढे चालूच राहते. कधीकधी प्रपंचासाठी उत्तर देणं आवश्यक असलं, तर तेही जरूर द्यावं; पण मनात त्या व्यक्तीबद्दल क्रोध, द्वेष असू नये. गरज नसेल, तर उत्तरही देऊ नये.

भास्कर पाटलांना कुत्रं का चावलं, याचं आणखी एक स्पष्टीकरण महाराज देतात. सुकलालची गाय जेव्हा मठात बांधून आणली जात होती, तेव्हा भास्कर पाटलांच्या मनात आलं होतं, 'गोविंदबुवांच्या घोड्यासारखी ही गायही शांत झाली, तर तिचं दूध मठातल्या लोकांना उपयोगी पडेल.' खरं म्हणजे यात काही भास्कर पाटलांचा स्वतःपुरता मतलबी हेतू नव्हता. त्यांनी मठातल्या सगळ्या लोकांचा विचार केला होता. पण सगळ्यांसाठी का होईना, त्यात कामना आलीच आणि काम्य विचार आला, की त्याचं फळही आलं. गाईमधलं द्वाडपण गेलं; पण ते कुत्र्यामध्ये येऊन भास्कर पाटलांना चावलं. त्यांच्या सकाम विचारांचं हे त्यांना फळ मिळालं.

बऱ्याच वेळा लोक म्हणतात, ''जगात कितीतरी वाईट लोक असतात. त्यांचं आयुष्य सुखात चाललेलं असतं आणि जे आध्यात्मिक मार्गावर चालतात, त्यांच्याच वाट्याला छोट्याशा चुकीच्या शिक्षा का येतात?''

खरं म्हणजे वाईट वागणाऱ्या लोकांचं आयुष्य सुखात चाललं आहे, असं आपण म्हणतो. त्यांचे मनस्ताप, शारीरिक दुखणी, कुटुंबातल्या समस्या आपल्याला कुठे कळतात? दुसरं असं की, ते त्यांच्या पूर्वजन्मीचं पुण्य आता भोगत असतील, तर तो साठा संपल्यावर दुःख त्यांनाही चुकणार नाहीच.

याचं आणखी एक उत्तर असंही आहे; की जी मुलं शाळेतच जात नाहीत, ती दिवसभर खेळतात, बागडतात. त्यांना कुणी रागवत नाही. पण ती पुढे समाजात मान्यवरही होत नाहीत. शाळेत नाव घातलं, की अभ्यास करावा लागतो; चूक झाली, तर गुरुजींच्या छड्या खाव्या लागतात. मग एक ज्ञानी व्यक्ती म्हणून सन्मानही मिळतो. भास्कर पाटील सद्‌गुरूंच्या विद्यापीठात प्रवेश घेतलेले विद्यार्थी होते. त्यातही ते मोठ्या वर्गातले होते. त्यामुळे इच्छा, मोह, कर्मात गुंतणं यांतली कुठलीही चूक त्यांना माफ नव्हती. पण सद्‌गुरू हाताला धरून शिकवतात आणि नीट सांभाळून पैलतीरी नेतात.

गजानन महाराजांनी भास्कर पाटलांना सांगितलं, ''बाळा, तुझं आयुष्य आता दोनच महिने उरलं आहे. मी हवं तर ते तुला वाढवून देऊ शकतो, पण ती पुढच्या जन्मातून घेतलेली उधारी होईल. तुला या क्षणी वेदनांमधून मुक्तीही देऊ शकतो, पण या उरलेल्या दोन महिन्यांसाठी तुला पुन्हा जन्म घेऊन दोन महिने आयुष्य जगावं लागेल. त्यापेक्षा मी एक करतो, कुत्र्याचं विष तुझ्या शरीरात पसरू देत नाही. तुला त्याचा त्रास नाही होणारे. दोन महिन्यांनी मात्र तू या जगातून जाशील.''

महाराजांनी भास्कर पाटलांना निर्णयाचं स्वातंत्र्य दिलं होतं. मुलं सज्ञान झाली आहेत, विचारानं वागणारी आहेत, हे कळल्यावर आई-वडील त्यांना स्वतःच्या मार्गदर्शनाखाली निर्णयाचं स्वातंत्र्य देतात, तसंच! पण भास्कर पाटील परिपूर्ण शिष्य होते. त्यांनी सांगितलं, ''जे तुम्हाला योग्य वाटते, ते करा. मी तुमचं लेकरू आहे. माझी स्वतःची काहीच इच्छा नाही.''

महाराज संतुष्ट झाले. त्यांचा शिष्य त्यांच्या परीक्षेत खरा उतरला होता. मग सगळे बाळापूरहून शेगावला परत आले. भास्कर पाटील महाराजांची सेवा करत होतेच. आता त्यांना स्वतःची कसलीच इच्छा उरली नव्हती. पण ते आपल्या गुरुबंधूंना, शेगावातल्या भक्त मंडळींना सांगत होते, ''महाराजांच्या रूपानं शेगावला हे अमोल रत्न मिळालं आहे. त्याचा योग्य मानसन्मान करा. मी नसलो, तरी तुम्ही सगळे महाराजांचं सगळं व्यवस्थित करा. मला तसं वचन द्या.'' सगळ्यांनी त्यांना तसं वचन दिलं.

भास्कर पाटलांची वृत्ती आता अधिकाधिक आनंदी होऊ लागली. या देहाच्या बंधनातून सुटून आपल्याला मोक्षप्राप्ती होणार, त्या सत्-चित्-आनंद स्वरूपात आपण विलीन होणार या कल्पनेनं त्यांना प्रफुल्लित वाटू लागलं. बाळाभाऊ त्यांचे मित्र झाले होते. ते म्हणाले, ''भास्करराव, तुम्ही मोठे भाग्यवंत आहात. साक्षात सद्गुरू तुम्हाला मोक्ष देणार आहेत.''

याच काळात महाराज एकदा भास्करना म्हणाले, ''चल, आपण त्र्यंबकेश्वरी जाऊ. तिथे पूजा करू. श्वानदंशावर तिथे एखादं प्रभावी औषध मिळेल.''

ही अत्यंत कठीण परीक्षा असते. मी तर काहीच मागत नाहीये, पण सद्गुरू स्वतःहून काही सांगत आहेत. त्यांचा आदेश मानणं हे माझं काम आहे, असं शिष्याला वाटू शकतं.

परीक्षेत काही गोंधळून टाकणारे प्रश्न असतात, तसं हे असतं. पण भास्कर

पाटील हुशार विद्यार्थ्यांपैकी होते. ते म्हणाले, ''मला आता कुठल्याही औषधाची गरज नाही आणि तीर्थयात्रांचीही गरज नाही. तुमचे पाय हेच माझं त्र्यंबकेश्वर!''

बरं होण्याची, अधिक आयुष्य जगण्याची इतकीही इच्छा भास्करच्या मनात उरली नाही हे महाराजांनी पक्कं करून घेतलं. पण मग म्हणाले, ''ठीक आहे, तरीही तीर्थमहिमा असतोच. तो डावलू नये.'' मग महाराजांची इच्छा असं समजून सगळे त्र्यंबकेश्वरला गेले. तिथे दर्शन घेऊन नाशिकला काळाराम मंदिरात गोपाळदास महंत यांची भेट घेतली. बिडकर महाराजांची भेट घेतली. तिथून शेगावला आल्यावर लगेचच श्यामसिंग रजपूत महाराजांना आडगावला न्यायला आला. महाराज आणि सगळी शिष्यमंडळी हनुमान जयंतीच्या उत्सवासाठी आडगावला गेले. उत्सव व्यवस्थित पार पडला. आडगावला महाराज तिथल्या भक्तांच्या घरी गेले. अनेक कार्यक्रम झाले. पण सगळ्यात आश्चर्यकारक प्रसंग घडला, तो भास्कर पाटलांच्या बाबतीत! एके दिवशी भर दुपारी महाराजांनी त्यांना धुळीत, गवतात लोळवलं आणि भरपूर मार दिला. चैत्रातलं ऊन, तेही विदर्भातलं! भर दुपारची वेळ! सूर्य तळपत होता. श्वानदंश झालेल्या आणि मरणघटिका कधीही येऊ शकेल अशा अवस्थेमधल्या भास्कर पाटलांना असा मार खाताना पाहून बाळाभाऊ कळवळले. पुढे होऊन महाराजांना म्हणाले, ''भास्कर बेजार झालाय, माउली, आता त्याला सोडा.''

पण भास्कर पाटील म्हणाले, ''बाळाभाऊ, तुम्हाला वाटतंय मला त्रास होतो आहे, पण मला तर गुदगुल्या होत आहेत. सद्गुरूंच्या हातचा मार आहे तो. अनुभवी माणसाला ते कळतं.''

बाळाभाऊंनाही महाराजांनी असंच मारलं होतं आणि त्यांच्या अंगावर कुठेही वळ उमटले नव्हते, की वेदना झाल्या नव्हत्या. या प्रसंगाची आठवण त्यांनी बाळाभाऊंना करून दिली.

शेवटी महाराज मारायचे थांबले. नंतर बाळाभाऊंना बोलावून भास्कर पाटलांसमोर ते म्हणाले, ''अरे, यानं तुझ्याबद्दल सांगून माझ्याकडून तुला मार देववला होता. मी मारलं, तरी त्या माराचं कर्तृत्व जातं कुणाकडे? भास्करकडेच ना! या कर्मबंधनात तो अडकला असता. आज त्यालाही मी तसंच मारलं. आता याचं कर्म संपलं. मोक्षाचा मार्ग त्याच्यासाठी खुला झाला.''

सद्गुरू कृपा करतात म्हणजे काय? जे आपलं कर्मफळ आहे, ते तर आपल्याला भोगावंच लागतं; पण त्यासाठी दुसरा जन्म घेण्यापेक्षा याच जन्मात ते सारं संपवून

टाकतात आणि ते कर्मफळ सुसह्य करतात. पुन्हा पुढचा जन्म घेऊन कुणाकडून तरी कठोरपणे मार खाण्यापेक्षा महाराजांनी स्वतःच त्याला मारलं. त्यामुळे वेदना न होता भास्कर पाटलांचा कर्मभोग संपला.

चैत्र कृष्ण पंचमीचा दिवस उजाडला. महाराजांनी भास्कर पाटलांना सांगितलं, ''आज तुझ्या प्रयाणाचा दिवस आहे. पद्मासन घालून पूर्वाभिमुख बस. नासाग्री दृष्टी ठेव. चित्तवृत्ती स्थिर कर. सावध राहा. चित्तामध्ये फक्त परमात्म्याचं स्मरण कर.''

भास्कर पाटलांनी हे सगळं केलं. हे करणं सोपं नाही. डोळे मिटले आणि परमात्म्याचं चिंतन करायला सुरुवात केली, की मधमाशांचं पोळं उठावं तसे विचार मनात घोंगावू लागतात. एका क्षणाची निर्विचार अवस्था साधण्यासाठी कित्येक वर्षांचा सराव लागतो, तपश्चर्या लागते. भास्कर पाटलांना हे सहज साधलं. याला कारण, महाराजांनी हे सारं त्यांना शिकवलं असणार. नियमित नामस्मरण, ध्यान यांचा त्यांना सराव असणार.

बऱ्याच वेळा जेव्हा संत अवतार घेतात, तेव्हा त्यांच्या मदतीसाठी अनेक प्रगत जीव त्यांच्या काळात जन्म घेतात. सामान्य लोकांप्रमाणे ते वागत असले, तरी अध्यात्मपथावर बरेच विकसित झालेले असतात. तसेच भास्कर पाटील, बाळाभाऊ, पीतांबर शिंपी हे होते. म्हणूनच सहजपणे संसाराचा त्याग करून ते महाराजांबरोबर आले. गुरुभक्तीचा आदर्श सामान्य लोकांसमोर ठेवण्यासाठी त्यांनी जन्म घेतलेला असतो. आपण त्यांच्याप्रमाणे वागण्याचा थोडासा प्रयत्न करू शकतो.

भास्कर पाटील असे एकाग्रतेनं पैलतीरी दृष्टी लावून बसलेले असताना त्यांचे गुरुबंधू आणि इतर लोक अखंड संकीर्तन, नामस्मरण करीत होते. सूर्य मध्यान्ही आला. महाराजांनी उच्च स्वरात 'हर हर' म्हटले आणि भास्कर पाटलांचा प्राण गेला. एक सत्‌शिष्य वैकुंठाला गेला. क्षणभर पूर्ण शांतता पसरली आणि मग पुन्हा भजनाचा, नामाचा कल्लोळ उठला. हा अनुपम सोहळा बघणारे, अनुभवणारे सारे धन्य झाले. पूर्णत्वाला पोहोचलेल्या, शिवरूप झालेल्या जीवासाठी हा आनंदकल्लोळ होता!

लोकांनी महाराजांना विचारलं, ''भास्करांची समाधी कुठे करायची?''

महाराजांनी सांगितलं, ''आडगावपासून एक मैल अंतरावर द्वारकेश्वराचं स्थान आहे. तिथे समाधी करायची.''

लोकांनी भास्कर पाटलांचा देह मिरवत मिरवत नेला आणि द्वारकेश्वराजवळ समाधी दिली. त्यानंतर तिथे दहा दिवस अन्नदान होत होतं. लोकांच्या पंगतींवर

पंगती उठत होत्या. पण तिथे खूपच कावळे येऊ लागले. लोकांच्या पत्रावळीत चोच घालून अन्न खाऊ लागले. त्यांना हाकलताना पुरेवाट झाली. लोकांना जेवता येईना. इतके कावळे आले कुठून? काहीच कळेना. शेवटी भिल्ल तीर-कामठे घेऊन तयार झाले आणि त्यांना मारू लागले. तोच महाराज म्हणाले, ''अरे, त्यांना मारू नका. माणसाचा जीव गेला, की तो दहा दिवस अंतरिक्षात फिरत राहतो. पिंडदान केल्यावर काकस्पर्श होतो आणि मग जीवाचा पुढचा प्रवास सुरू होतो. इथे भास्कर थेट वैकुंठात गेला. त्याचा जीव इथे फिरत राहिला नाही. त्यामुळे कावळ्यांना त्यांचा हक्क मिळाला नाही. म्हणून ते रागावलेत. उद्यापासून ते नाही येणार बरं. मी त्यांना सांगतो. कावळ्यांनो, आज जेवढा हवा तेवढा प्रसाद खा. उद्यापासून इथे येऊ नका हं! अरे माझ्या भास्करला कमीपणा येईल.''

जनमानस तरी कसं असतं? गजानन महाराजांनी इतके चमत्कार केले होते. ते किती विरक्त, महाज्ञानी आहेत हे लोकांनी पाहिलं, ऐकलं होतं. तरीही त्यांची चेष्टा करणारे कुत्सित लोक होतेच. उपहासानं ते म्हणाले, ''वा वा... यांनी सांगितलं आणि कावळ्यांनी ऐकलं! पक्षी असं माणसाचं ऐकतात होय? आता उद्या बघू कशी फजिती होते ती...''

आणि दुसऱ्या दिवशी ते मुद्दाम आले. पाहतात, तर खरोखरच एकही कावळा त्या ठिकाणी नव्हता. त्यानंतर बारा वर्षं तिथे कावळा कधीच दिसला नाही!

आडगावला आलेले सारे महाराजांबरोबर शेगावला परतले. त्यांत भास्कर पाटील मात्र आता नव्हते.

महाराज मठात निजानंदी बसले होते. सगळे जण आपापल्या कामात, साधनेत मग्न होते. इतक्यात एक गरीब माणूस धावत-पळत, धापा टाकत मठात आला. कमरेला गुंडाळलेलं धोतर गुडघ्यापर्यंत घट्ट वर बांधलेलं, अंगावर माती लागलेली, कुठेकुठे थोडं खरचटलेलं. तो आला तोच मुळी 'महाराज, महाराज' असं ओरडत आणि त्यानं महाराजांच्या पायावर स्वतःला झोकून दिलं. सगळेच आपापली कामं थांबवून काय झालं ते बघू लागले. महाराजांनी त्याच्या पाठीवर हात फिरवत विचारलं, ''काय गण्या, कपारीत बसून किती धोंडे उडवलेस?''

झालं होतं असं, की शेगावमध्ये विहीर खणण्याचं काम चाललं होतं. मजूर पहारीनं खणत होते. बरंच खाली गेल्यावर काळा कातळ लागला. आता तो फोडला, की पाणी लागणार! कारण थोडं थोडं पाणी दिसायला सुरुवात झाली होती; पण मोठा कातळ मध्ये होता. अशा वेळी कातळाला भोक पाडून त्या भोकात सुरुंग भरतात. दोरानं पुंगळी आत सोडतात. ती सुरुंगाला लागली, की स्फोट होऊन कातळ फुटतो. अशी चार भोकं केली होती, पण पुंगळी काही सुरुंगाला लागेना. वाटेत दोराला गाठ बसली होती. कुणीतरी खाली उतरायला हवं होतं. पुंगळी सुरुंगापाशी न्यायची आणि स्फोट होण्याच्या आत चपळाईनं वर यायचं हे मोठं जोखमीचं, जीवावरचं काम! करणार कोण? कुणीच तयार होईना. शेवटी या गणू जवऱ्या नावाच्या मजूराला मिस्त्रीनं जबरदस्तीनं आत सोडलं. पुंगळी सोडून तो वर येणार, एवढ्यात पहिला स्फोट झाला. विहिरीतूनच गणू ओरडला, ''महाराज धावून या, आता तुमच्याशिवाय कुणी नाही...'' जिवाच्या आकांतानं दिलेली ही हाक महाराजांनी ऐकली. गणूला भास झाला, की आजूबाजूला दगड फुटत असताना त्याचा हात धरून कुणीतरी त्याला कपारीत बसवलं आणि वर एक मोठा धोंडा आला. सगळं शांत झाल्यावर सगळ्यांना वाटलं, की गणू जवऱ्याच्या देहाच्या एव्हाना ठिकऱ्या झाल्या असतील. त्यांनी शोध घ्यायला सुरुवात केली, तेव्हा हा कपारीतून ओरडला, ''मिस्त्री, मी कपारीत आहे. वरचा धोंडा हलवा.'' लोकांनी पटापट तो धोंडा हलवला. कपारीतून बाहेर आलेला गणू कुणाच्या प्रश्नांना उत्तरं द्यायलाही थांबला नाही. तो धावत धावत थेट महाराजांकडे आला. महाराजांनी त्याच्या पाठीवरून हात फिरवून सांगितलं, ''पुन्हा असं वेडं धाडस करू नकोस.''

भक्तवत्सल गजानन महाराज ज्या भक्ताचं रक्षण करतात, तो जगाच्या पाठीवर कुठेही सुरक्षितच असतो.

निर्मळ भावाचे भुकेले

अकोल्याला बच्चुलाल अगरवाल हा धनसंपन्न माणूस होता. मनाचा उदार, सश्रद्ध! तो महाराजांचा शिष्य होता. अकोल्याला राहत असल्यामुळे महाराजांवर श्रद्धा असली, तरी सहवास कमी होता. कर्णोपकर्णी लक्ष्मण घुडेची हकिकत त्याच्या कानावर पडली होती. मनात एक कुतूहल निर्माण झालं, की महाराज खरोखर कसे असतील? लक्ष्मण घुडे तिजोरी उघडून दरवाजावर बसून राहिला, म्हणून रागावल्यामुळे महाराजांनी त्याचं धन घेतलं नाही का? किंवा तो तसा बसला नसता, तर त्यांनी धन घेतलं असतं का?

बऱ्याच वेळा पितळेच्या वस्तू सहज खरेदी केल्या जातात. सोन्याच्या घेताना मात्र वारंवार कस लावून पाहिलं जातं. तशीच महापुरुषांबाबतच नेहमी शंका घेतली जाते. कधीकधी ते इतके असामान्य असतात, की सामान्य लोकांना ते कळूच शकत नाहीत. म्हणून इकडचं-तिकडचं ऐकून निष्ठावंत शिष्याच्या मनातही 'खरंच असं असेल का' असा विचार येऊ शकतो. त्याची दृढ निष्ठा आणि क्षणभर मनात आलेली शंका दोन्ही एकाच वेळी खरं असतं. बच्चुलाल आणि महाराज यांच्यामध्ये असाच बंध होता.

एकदा महाराज अकोल्याला आले आणि त्याच्या ओट्यावर जाऊन बसले. बच्चुलाल म्हणाला, ''महाराज, मला तुमचं षोडशोपचारे पूजन करायची इच्छा आहे.''

महाराजांनी फक्त मान डोलावली.

बच्चुलालनं आनंदानं तयारी सुरू केली. अंगाला सुगंधी द्रव्यं लावून स्नान

घातलं. अंग पुसल्यावर चंदनी टिळा लावला. त्यावर कुंकुम रेखलं. रेशमी पीतांबर नेसवला. अंगावर शेला घातला. डोक्याला जरीपटका बांधला. गळ्यात सोन्या-मोत्यांचे हार घातले. हातात सोन्याची सलकडी घातली. बोटांमध्ये विविध रत्नांच्या अंगठ्या घातल्या. अत्तर लावून सुगंधी पुष्पहार अर्पण केला. सुगंधी धूप लावला. पक्वान्नांचा नैवेद्य दाखवून, दीप लावून आरती केली. शेवटी महाराजांसमोर एका ताटात दहा सहस्र रुपये दक्षिणा ठेवली आणि पायावर डोकं ठेवून म्हणाला, ''गुरुदेव, श्रीरामाचं मंदिर बांधावं अशी इच्छा आहे. आशीर्वाद द्यावा.''

महाराज म्हणाले, ''रघुनंदन तुझी ती इच्छा पूर्ण करेल. पण आम्हाला हे असं पोळ्याच्या बैलासारखं का सजवलं आहेस? अरे, हेच सगळं हवं असतं मला, तर तो चंद्रभागेकाठी उभा आहे ना, त्यानं दिलं असतं. मी हा असा फकीर... अंगावरच्या कपड्याची शुद्ध नसणारा. मला हे सगळं काय करायचंय?''

असं म्हणून हातातल्या सलकड्या, बोटातल्या अंगठ्या, इतर दागिने काढून टाकले. नैवेद्यातले दोन घास खाल्ले आणि निघूनही गेले. बच्चुलालसह सगळ्यांनाच महाराजांचा निःस्पृहपणा समजला. त्यांना ना लक्ष्मण घुडेची संपत्ती हवी होती, ना बच्चुलालची! त्यांना निर्मळ भाव हवा होता. बच्चुलालचा भाव निर्मळ होता. त्यानं पुढं मोठं राममंदिर बांधलं. महाराजांच्या एकनिष्ठ भक्तपैकी तो एक!

कसल्याही दागिन्यांची, वस्त्रांची आवड नसणाऱ्या महाराजांनी तो घालून घेताना काही कुरकूर केली नाही. कारण बच्चुलालला त्यांची पूजा करायची होती. त्याच्या भावनेला महाराजांनी मान दिला. पण ही पूजा बच्चूलालसाठी गरजेची होती, महाराजांसाठी नव्हे...

महाराजांना शेगावमध्ये मोटे सावकारांच्या शिवमंदिरात बंकटलालनं दुसऱ्यांदा पाहिलं होतं, तेव्हा त्याच्याबरोबर पीतांबर शिंपी होता. अत्यंत भोळा, विलक्षण श्रद्धाळू. महाराजांचं दर्शन झाल्यापासून हा महाराजांचाच झाला. घरची अत्यंत गरिबी. पण सद्गुरुभक्तांना त्याचं काय? तो दिवसभर मठात असायचा, सेवा करायचा, नामस्मरण करायचा. उरलेल्या वेळात जमेल तसा संसार करायचा. त्याच्या अंगावर फाटके कपडे असत. खाण्या-पिण्याचा आनंदच होता! पण ज्याला

गुरुसेवेचं अमृत प्राप्त झालं, त्याला त्याचं काय? एके दिवशी महाराजच त्याला म्हणाले, ''काय रे हे? नाव तुझं पीतांबर! आणि धोतर बघ किती फाटलंय. हे धर हा माझा दुपेटा नेस.'' असं म्हणून महाराजांनी आपला दुपेटा त्याला दिला. त्यानं महाराजांची आज्ञा मानून तो नेसायला सुरुवात केली. मठामध्ये काय, अनेक तऱ्हेचे लोक येत. काहींना त्याचा मत्सरही वाटला असेल. गुरूंचं वस्त्र शिष्यानं नेसणं हा काहींना उद्धटपणा वाटला असेल. कारण आपल्याकडे सद्‌गुरूंच्या वस्त्रांचीही पूजा केली जाते. म्हणून लोकांनी त्याला बोलायला सुरुवात केली.

''असं सद्‌गुरूंचं वस्त्र कुणी नेसतात का? अरे, त्यांनी दिलं, पण तुला कळायला नको?''

पीतांबर भोळेपणानं म्हणाला, ''मी त्यांची आज्ञा मानली. यात माझी काय चूक?''

पण एकूण या विषयावरून मठात त्याची निंदा होऊ लागली.

मग महाराज त्याला म्हणाले, ''हे बघ बाळा, मूल मोठं झालं, की आई त्याला आपल्याजवळ ठेवत नाही. तू असं कर, इथून दुसरीकडे जा. इथे राहू नकोस.''

खरं म्हणजे पीतांबराच्या मनावर हा केवढा मोठा आघात झाला असेल! आईनंच बाळाला दूर ढकललं, तर बाळाला किती वाईट वाटेल! पीतांबराचे डोळे भरून आले. पण तरीही त्यानं 'महाराज, मला दूर पाठवू नका' असं म्हटलं नाही. गुरूंचं वाक्य त्याच्यासाठी मंत्र होता. त्यानं महाराजांना साष्टांग नमस्कार केला. डोळ्यांतलं पाणी पुसलं आणि शेगाव सोडलं. पायानं पुढे जात होता, पण मान वळवून सारखा मागे बघत होता. वारंवार डोळे पुसत होता.

सतत सद्‌गुरूंचं स्मरण करीत चालता चालता तो कोंडोली नावाच्या गावाजवळच्या जंगलात आला. थोडा विसावा घेण्यासाठी आंब्याच्या झाडाखाली बसला. जरा दम खाऊन आजूबाजूला बघतो, तर हे मोठे मोठे मुंगळे! मग तो मुंगळ्यांपासून वाचण्यासाठी झाडावर चढला. त्या फांदीवर मुंगळे होते. मग तो दुसऱ्या फांदीवर गेला. तिथेही मुंगळे! मग कितीतरी वेळ तो एका फांदीवरून दुसऱ्या फांदीवर उड्या मारत मुंगळे नसणारी जागा शोधत राहिला.

इकडे मठात महाराज मनातल्या मनात मिश्कील हसत होते. पीतांबराला त्यांनी उगाचच पाठवलं नव्हतं. त्याला पुढे कार्य करायचं होतं आणि त्याची तयारी महाराज करत होते.

पीतांबराला असं एका फांदीवरून दुसऱ्या फांदीवर लीलया फिरताना तिथल्या गुराखी मुलांनी पाहिलं. त्यांना वाटलं, हा माणूस असून माकडाप्रमाणे एका फांदीवरून दुसऱ्या फांदीवर इतका सहज कसा जातोय? याच्याजवळ नक्की काहीतरी शक्ती असणार, कारण हा पडतही नाहीये.

बघता बघता कोंडोली गावात ही बातमी पसरली. तिथूनही लोक आले आणि पीतांबराला 'तू कोण, कुठला? इथे काय करतोयस?' वगैरे प्रश्न विचारायला सुरुवात केली.

पीतांबर बिचारा साधा सरळ माणूस. त्यानं खरं काय ते सांगितलं. त्यानं स्वतःची ओळख गजानन महाराजांचा शिष्य म्हणून करून दिल्यावर गावकऱ्यांना काही वेगळंच वाटलं. गजानन महाराजांबद्दल त्यांच्या मनात श्रद्धा होती. त्यामुळे हा त्यांचं नाव घेऊन भोंदूगिरी तर करत नाही, अशी शंका त्यांना आली.

''आता इकडेतिकडे नुसताच भटकतो आहेस का मग? कशावरून तू त्यांचा शिष्य आहेस?''

आता शिष्यत्वाचा किंवा भक्तीचा पुरावा काय देणार? पीतांबर बिचारा गप्प बसला. मनात अखंड सद्गुरूंचं स्मरण सुरूच होतं. शेवटी त्यातला एक जण म्हणाला, ''अरे, महाराजांनी एका पूर्ण वठलेल्या आंब्याच्या झाडाला भरपूर फळं आणली होती. तू त्यांचा शिष्य म्हणवतोस, तर समोरचं पूर्ण वठलेलं आंब्याचं झाड आहे ना, त्याला नुसती पानं तरी आणून दाखव.''

आता हे काही खरं म्हणजे तर्काला धरून नव्हतं. गुरूंचं सामर्थ्य शिष्याच्या ठिकाणी असलं पाहिजे हा कुठला न्याय? पण लोक एकत्रित आले, की काय विचार करतील, हे सांगता येत नाही.

पीतांबरानं त्यांना प्रांजळपणे सांगितलं, ''अहो, हिऱ्याची खाण असते, तिथे हिरेही असतात आणि दगडही. मी अगदी साधा दगड आहे हो. महाराजांचे हिऱ्यासारखे शिष्य असतीलही. मी तसा नाही. पण दगड असतात, म्हणून हिऱ्यांच्या खाणीला कमतरता येते का? माझ्यामुळे माझ्या गुरूंना कमीपणा देऊ नका. मी हात जोडतो बाबांनो, मी काही चमत्कार वगैरे करू शकत नाही.''

''अच्छा! म्हणजे तू भोंदूच आहेस तर? तुला आता दाखवतोच आमच्या गावचा इंगा.''

पीतांबर म्हणाला, ''अहो, माझं ऐका. मी गुरूंची प्रार्थना करतो. तुम्हीही त्यांचं

नामस्मरण सुरू करा. ते हाक ऐकतील. त्यांच्यात या झाडाला पालवी आणण्याचं सामर्थ्य आहे.''

पीतांबरानं स्वतः हात जोडून कळकळीनं प्रार्थना सुरू केली. ''महाराज, तुम्ही पददलितांचे उद्धारकर्ते आहात. मी तुमच्या पायांवर स्वतःला झोकून दिलंय. आता तुम्हीच मला तारू शकता. माझं जगणं, मरणं आता तुमच्या हातात.'' असं म्हणून त्यानं महाराजांचा धावा सुरू केला. थोडा वेळ गेला आणि लोकांच्या डोळ्यांदेखत त्या आम्रतरूच्या वरच्या फांद्यांवर हिरवी पालवी दिसू लागली. कोवळी लालसर, काही गर्द हिरवी पानं बहरून आली आणि काही क्षणांत तो आम्रवृक्ष बहरून आला.

पीतांबरानं गदगदल्या स्वरात, पण उच्च रवात गजानन महाराजांचा जयजयकार केला आणि लोकांनी पीतांबराला खांद्यावर उचलून घेतलं. मिरवत मिरवत सन्मानानं गावात नेलं. पीतांबर शिंपी यांचा कोंडोलीत मठ झाला. कोंडोलीच्या गावकऱ्यांच्या भक्तीला वाट मिळाली. महाराजांचं कार्य पीतांबर महाराजांच्या माध्यमातून तिथे सुरू झालं.

आजही कोंडोलीमध्ये महाराजांच्या कृपेनं बहरलेला आम्रवृक्ष तसाच ताजा टवटवीत आहे.

महाराज तसे अबोल. आपल्या वाणीतून बरीच शक्ती ऱ्हास पावत असते. त्यामुळेच साधक मौन पाळतात असं म्हटलं जातं. आज महाराज मौन होते. पण हे मौन थोडं वेगळं होतं. त्यांना एका विषयाला वाचा फोडायची होती. ती सुरुवात करण्यासाठी आधी ते शांत बसले होते. मग सहज बोलावं तसं म्हणाले, ''कृष्णा पाटलाची फार आठवण येते रे. रोज चिकणसुपारी द्यायचा मला. त्याचा मुलगा राम अजून लहान आहे. आता मला सुपारी कोण देणार?''

आता कृष्णा पाटील हा काही एकच भक्त नव्हता. सगळेच भक्त होते महाराजांचे. सुपारी कोण देणार, असली काळजी काही महाराजांना लागणं शक्य नव्हतं. त्यामुळे त्यांना नक्की काय म्हणायचं आहे याचा विचार लोक करू लागले. मग महाराज अचानक म्हणाले, ''आता मी इथे राहणार नाही. मी दुसरीकडे जाणार.''

लोक घाबरले. पहिल्यांदा महाराज पाटलांच्या मळ्यात होते. नंतर ते आले, ती

ही जागा देशमुखांकडच्या असोलकरांची होती. आता कुठे जाणार ते?

महाराज म्हणाले, ''मी अशा जागी राहीन, जी जागा कुणाच्याही मालकीची नसेल.''

''असं कसं होईल, महाराज? जागा कुणाची ना कुणाची असणारच की! एकतर पाटलांची, नाहीतर देशमुखांची, नाहीतर सरकारची तरी असेल.''

''असे कसे रे तुम्ही? सरकार म्हणे. अरे सगळी जमीन एका परमेश्वराची आहे.''

''ते खरं महाराज! पण सरकार तर परक्यांचं आहे! आपलं थोडंच आहे? देशमुख किंवा पाटील कुणीही तुम्हाला जागा देतील. तुम्हाला हवी ती देतील. पण शेगाव सोडून जाऊ नका. सरकारी जागा कशी मिळेल आपल्याला?''

महाराज म्हणाले, ''हरी पाटलाला अर्ज करायला सांग.''

त्याने अर्ज केला. 'करी' नावाचा अधिकारी होता. त्याने हा अर्ज लगेच मंजूरही केला. दोन एकर जागा मागितली होती, पण एक एकर मंजूर झाली. काम बघून पुढची मंजुरी देऊ असं सांगितलं गेलं.

महाराजांचा सध्याचा मठ हा या जागेवर उभा आहे. कुणाच्याच एकाच्या मालकीची जमीन नसल्यामुळे पुढे निर्माण होणाऱ्या भव्यदिव्य केंद्रावर नकळतही कुणा एकाची सत्ता नसावी, ही महाराजांची दूरदृष्टी होती.

भक्तीची
प्रेममय वाट

मठाची उभारणी

नव्या मठासाठी सरकारी जागा मिळाली. आता मठ उभा करायचा होता. त्यासाठी लोकांकडून वर्गणी जमा करायला सुरुवात केली. महाराजांच्या काही शिष्यांनी स्वतः थोडी रक्कम उभी केली. उरलेली आणखी काही रक्कम गोळा करण्यासाठी त्यांनी वर्गणी मागायचं ठरवलं. ज्यांची महाराजांवर श्रद्धा नव्हती, असे लोक त्या काळीसुद्धा तिथे होते! त्यांनी चिडवायला सुरुवात केली, ''अहो, त्रैलोक्याचे अधिपती ना तुमचे महाराज? त्यांना पैशाची काय कमी? आणा की वैकुंठातून धन! कशाला वर्गणी मागताय?''

पण महाराजांचे शिष्यही अध्यात्मात मुरलेले होते. त्यांनी शांतपणे उत्तर दिलं, ''महाराजांना मठाची गरजच नाही. हे ब्रह्मांडच त्यांचा मठ आहे. पण सत्कार्याला दान दिलं, तर आपली कर्मं शुद्ध होतात. मनात त्यागाची भावना उत्पन्न होते. 'मी', 'माझं' हा मीपणा जातो. निष्काम भावनेनं दिलेलं दान अगणित पुण्यप्राप्ती करून देतं. त्यामुळे तुम्ही दान देणं ही महाराजांची नाही, तर तुमची गरज आहे.''

महाराजांच्या शिष्यांनी लोकांना दानाचं महत्त्व समजावलं. लोक निरुत्तर झाले. हळूहळू मठाचं बांधकाम सुरू झालं.

महाराजांना स्वतःला खरोखरच या मठाची काही गरज नव्हती. कुठल्याच संतांना ती नसतेच. पण मठ, मंदिरं समाजासाठी महत्त्वाची असतात. ती आध्यात्मिक ऊर्जाकेंद्रं असतात. लोकांच्या अंतःकरणातील भक्तीला तिथे वाव मिळतो. संकटात मानसिक आधार मिळतो. तिथे घडणाऱ्या अखंड उपासनेमुळे निर्माण झालेल्या शुभ

लहरी वातावरणात शुभंकर बदल घडवतात. महाराजांनाही इथे एक ऊर्जाकेंद्र निर्माण करायचं होतं. सध्या तर आपण पाहतोच आहोत, की उत्कृष्ट व्यवस्थापन, साधेपणा, नम्रपणा, भक्ती, सेवा आणि कामातलं परिपूर्ण कौशल्य या मानवी सद्‌गुणांचा या मठामध्ये कसा विकास झाला आहे ते!

तर... हा मठ बांधायला सुरुवात झाली आणि महाराजांना वाटलं आपण एकदा बांधकाम बघून यायला हवं. त्यामुळे कामाला गती येईल. रोज विटा, वाळू, सिमेंट भरून बैलगाड्या जात होत्या. त्यातल्याच एका गाडीत महाराज बसले. महाराज गाडीत बसल्याबरोबर गाडीवान खाली उतरला.

महाराजांनी विचारलं, ''तू का रे उतरलास?''

''आम्ही खालच्या जातीचं हाय जी! तुमास्नी शिवाशिव व्हईल.''

महाराज हसले आणि म्हणाले, ''आम्ही परमहंस! आम्हाला शिवाशिव वगैरे काही वाटत नाही. सगळे जीव आम्हाला सारखे. बैस गाडीत.''

ईश्वरानं निर्माण केलेल्या सृष्टीच्या कणाकणांत ज्याला ब्रह्मच दिसतं, त्याला भेदाभेद हा भ्रमच वाटणार की! देह वेगळे असले, तरी महाराजांसाठी गाडीवानही तेच आणि गाडीवानातही त्याचा अंश होता. ही आत्मबुद्धी होती. पण गाडीवानाच्या दृष्टीनं तो आणि महाराज यांच्यात जमीन-अस्मानाचं अंतर होतं. जातिवादाचं खूप स्तोम असलेल्या त्या काळात त्याला महाराजांबरोबर बसणं योग्य वाटेना. बरं, महाराजांनी समजावल्याप्रमाणे जात बघायची नाही असं म्हटलं, तरी आपण ईश्वराचा मान राखतोच ना? ज्याच्याबद्दल अंतःकरणात पूज्य भाव आहे, जी व्यक्ती आपल्यासाठी ईश्वरासमान आहे तिच्याबरोबरीनं कसं बसायचं? हा विनम्र भक्तिभावही होता. त्यामुळे गाडीवान काही गाडीत बसेना. शेवटी महाराज बैलांना म्हणाले, ''तुमच्या गाडीवानाच्या मागोमाग नीट न्या रे मला.''

आणि बैल गाडीवानाशिवाय, कुणीही गाडी हाकत नसताना गाडीवानामागून मठाच्या जागी महाराजांना सुखरूप घेऊन आले. तिथे आल्यावर महाराज एका ठिकाणी बसले. सत्पुरुष जिथे बसतात, ते स्थान अलौकिक लहरींनी भारून जातं. त्यामुळे तेच स्थान नव्या मठाच्या मधोमध यावं, असं भक्तांना वाटू लागलं. त्यांना त्यासाठी मंजूर झालेल्या जागेपेक्षा जास्त जागा लागणार होती. नाहीतरी, प्रगती बघून पुढची जागा मंजूर करू असं अधिकाऱ्यानं सांगितलं होतंच. त्या शब्दावर विश्वासून लोकांनी काम सुरू केलं. पण विघ्नसंतोषी लोकांना हे बघवलं नाही.

त्यांनी सरकारकडे त्याबाबत पत्र लिहिलं. जोशी नावाचे एक अधिकारी तपासणीसाठी आले. जागा जास्त वापरली म्हणून दंड झाला होता. सगळे कार्यकर्ते घाबरले. पण महाराजांनीच जोशींना जणू सुबुद्धी दिली. त्यांनी काम बघून सगळा दंड माफ करून टाकला आणि महाराज जिथे बसले होते, ती जागा मध्यभागी ठेवून नव्या मठाचं बांधकाम सुरू झालं.

इथे एक गोष्ट लक्षात घेतली पाहिजे, की हा संकल्प महाराजांचा म्हणजे साक्षात विधात्याचा होता. तो समष्टीच्या हिताचा होता किंवा हितासाठी होता. ती जागा कुणाच्याही मालकीची नसल्यानं त्यात कुणावरही अन्याय होणार नव्हता. नीतिनियम, सरकारी नियम, कायदे हे मानवाच्या कल्याणासाठी असतात. ते महाराजांनी कल्याणाच्या आड येऊ दिले नाहीत. एरवी समाजाच्या नीतिनियमांच्या आड संत येत नाहीत.

महाराज नव्या मठात राहू लागले. एके दिवशी तिथे गंगाभारती गोसावी नावाचा एक मनुष्य आला.

गोसावी ही एक प्रजात आहे. श्री आद्यशंकराचार्यांनी निर्माण केलेली दशनाम परंपरा ही संन्यासी लोकांची परंपरा आहे. यामध्ये पूर्वपरंपरेनं शंकराची अथवा विष्णूची उपासना करणारे गोसावीही सामील झाले आहेत. हे गोसावी लोक गृहस्थी वा संन्यासी दोन्ही असू शकतात. साधारणपणे संन्यास घेतल्यानंतर जे पूर्ण यती होतात, ते भिक्षा मागून मठांमध्ये राहून साधना करतात, तर गृहस्थाश्रम स्वीकारणारे घरी राहून रीतसर संसार करून शेती वगैरे करतात, व्यापार करतात.

गंगाभारती हा असा गृहस्थ गोसावी होता. पूर्वप्रारब्धानं त्याला महाभयंकर कुष्ठरोग झाला होता. हाताची बोटं झडली होती. अंगावरच्या जखमांमधून रक्त येत होतं. अशा अवस्थेत त्यानं घरदार सोडलं आणि तो गजानन महाराजांच्या आश्रयाला आला होता. त्याचं हे किळसवाणं रूप बघून कोणीच त्याला महाराजांच्या जवळ येऊ देईना. तो रोज भक्तांच्या गर्दीत अगदी पाठीमागे कोपऱ्यात बसायचा. एकदा मात्र लोकांना चुकवून तो थेट महाराजांपाशी आला आणि त्यानं महाराजांना साष्टांग नमस्कार घातला. महाराजांनी त्याला उठवलं. डोक्यावर जोरात मारलं. दोन्ही

गालांवर थोबाडीत मारली. लाथा मारल्या आणि खाकरून आपल्या घशातला बेडका (थुंकी) त्याच्या अंगावर थुंकला. त्यानं तो प्रसाद म्हणून भक्तीनं सगळ्या अंगाला लावला.

सामान्य माणसांची कितीही श्रद्धा असली, तरी हे वाचतानाही कसंतरीच वाटतं. तसंच त्या काळीही काही लोकांना वाटलं आणि ते गंगाभारतीला म्हणाले, ''कसली ही अंधश्रद्धा! त्यांनी थुंकलं आणि तू ते अंगाला लावलंस. आधीच हा असला रोग तुझा, त्यात ही अस्वच्छता!''

पण गंगाभारती म्हणाला, ''तुमच्यासाठी हे घाण आहे. पण माझ्यासाठी मलम आहे. याला सुगंध येतो आहे. हवं तर मी तुम्हाला आणखी एक प्रमाण देतो.''

तो त्या लोकांना महाराज स्नान करीत असत तिथे घेऊन गेला. तिथली ओली माती त्यानं हातात घेतली. त्या मातीला सुगंध येत होता. जे नास्तिक लोक होते, त्यांनी ती माती जेव्हा हातात घेतली, तेव्हा मात्र त्याला सुगंध नव्हता.

ज्याच्या त्याच्या श्रद्धेनुसार येणारे अनुभव असं याला म्हणता येईल. आणखीही एक विचार हे वाचून मनात येतो. प्रत्येक जीव आणि सद्गुरू यांचा आत्यंतिक वैयक्तिक असा जन्मोजन्मीचा संबंध असतो. त्यांच्यामध्ये घडणारे संवाद, होणाऱ्या घटना या तिसऱ्याला कळू शकत नाहीत. या घटना, त्या जीवासाठी उच्चारलेले शब्द हे एक प्रकारे सांकेतिक संदेश असतात. त्यांचा अर्थ, ते ज्यांच्यासाठी असतात त्यांनाच कळतो. तो जीव आणि सद्गुरू यांच्यात जे घडतं, तसं ते इतरांबाबतीतही घडेल असं नाही. लक्षात ठेवायची ती फक्त त्या व्यक्तीची अत्यंत अढळ, निश्चल, एकनिष्ठ भक्ती! अशी भक्ती आपल्यामध्येही दृढ व्हावी, असा प्रयत्न करायचा.

महाराज रोज स्नान करीत तिथली माती गंगाभारती अंगाला लावायचा. त्याचा गळा खूप गोड होता. त्यामुळे तो वेगवेगळी भजनंदेखील म्हणायचा. हळूहळू त्याचा रोग मावळू लागला. जखमा बऱ्या झाल्या. भेगा भरून आल्या. त्याचं सारं शरीर पूर्ववत झालं. शेगावजवळचं सवडद हे त्याचं गाव. तिथपर्यंत ही बातमी गेली. मग त्याची पत्नी आणि मुलगा त्याला न्यायला आले. घरी येण्यास आग्रह करू लागले. पण गंगाभारतीला आता पूर्ण गुरुबोध झाला होता. महाराजांनी आपल्याला सुरुवातीला मारलं ते आपण संसारात गुंतलो म्हणूनच, हे त्याला कळलं होतं. कदाचित सांसारिक संबंधांची निरर्थकतासुद्धा कळली असेल. म्हणून आपल्या पत्नीला आणि मुलाला त्यानं परत जायला सांगितलं. तो महाराजांपाशीच राहिला.

पुढे त्यांच्या आज्ञेनंच मलकापूरला जाऊन त्यानं भक्तिप्रचाराचं कार्य केलं आणि तिथेच आपली जीवनयात्रा संपवली.

पौष महिना सुरू झाला होता. मुंडगावचा श्यामसिंग राजपूत हा महाराजांचा मोठा भक्त त्यांना मुंडगावला नेण्यासाठी आला. आपल्या घरी आपले सद्गुरूंचे पाय लागावेत असं नेहमीच शिष्यांना वाटत असतं. या वेळी महाराज त्याच्याबरोबर जायला तयार झाले.

मुंडगावात उत्सव सुरू झाला. जवळपासच्या गावांच्या दिंड्या आल्या. भजनं रंगू लागली. वीणा झंकारू लागल्या. मृदुंगांच्या तालावर भक्तांचे पाय ठेक्यात पडू लागले आणि टाळ-चिपळ्यांच्या आवाजात नामघोष होऊ लागले. महाराज हा भक्तिसोहळा मोठ्या कौतुकानं पाहत राहिले.

महाराजांना न विचारता श्यामसिंगनं एक गोष्ट ठरवली होती. चतुर्दशीच्या दिवशी मोठा भंडारा ठेवला होता. त्या दिवशी मोठमोठ्या पातेल्यांमध्ये स्वयंपाक तयार होऊ लागलेला पाहून महाराज म्हणाले, ''श्यामसिंग भंडारा आज नको. उद्या पौर्णिमेला ठेव.''

पण श्यामसिंग म्हणाला, ''आता सगळी तयारी झाली आहे, महाराज. सगळं अन्न तयार होत आलं आहे.''

महाराज काही बोलले नाहीत.

पण थोड्या वेळानं ऐन पौषात आकाशात काळेशार ढग दाटून आले. भर दिवसा अंधार दाटला आणि धो धो पाऊस सुरू झाला. सगळ्या अन्नाची वाताहत झाली. श्यामसिंग महाराजांकडे आला. म्हणाला, ''महाराज हा पाऊस थांबवा. या दिवसात पाऊस पडला, तर सगळंच नुकसान होईल.''

महाराज म्हणाले, ''काळजी करू नकोस. उद्या हा पाऊस तुला त्रास देणार नाही.''

आणि खरंच तसंच झालं. पौर्णिमेच्या दिवशी लख्ख ऊन पडलं. भंडारा व्यवस्थित पार पडला.

फक्त आपलं ऐकलं नाही म्हणून महाराजांनी भंडारा चतुर्दशीला होऊ दिला

नाही का? तसं नाही. शास्त्राच्या दृष्टीनं चतुर्दशी ही रिक्त तिथी मानतात. म्हणजे त्या तिथीला केलेल्या पुण्यकर्माचं फळ मिळत नाही.

आता महाराजांसाठी शुभ-अशुभ, शास्त्रसंमत या गोष्टींचा संबंध होता का? नाही! ते या सगळ्याच्या पलीकडे गेले होते. तुकाराम महाराज म्हणतात, ''हरीच्या हाताला सर्व काळ व सर्व दिशा शुभच असतात.'' श्यामसिंग अंतःकरणापासून भक्त होता. त्याच्यासाठीही सर्व काळ, दिशा शुभच असतील. पण हा उत्सव नंतर वर्षानुवर्षं चालू राहणार होता. ते करणारे सगळेच श्यामसिंगच्या पातळीवरचे शिष्य असतील असं नाही. त्यांच्या मनात चतुर्दशी या तिथीबद्दल संशय निर्माण होऊ शकतो. तसं होऊ नये म्हणून कदाचित महाराजांनी चतुर्दशीला भंडारा होऊ दिला नसेल. जिथे आवश्यकता नसते, अशा ठिकाणी संत शास्त्राला, रूढींना आव्हान देत नाहीत. कारण धर्म, शास्त्र, रूढी यांनी समाजाची एक घडी बसलेली असते. ती विसकटू देण्यात मोठेपणा नसतो. जर त्यामुळे काही चुकीचं घडत असेल, कुणावर अन्याय होत असेल, तरच ते ही घडी बसवतात. कधीकधी हेही लक्षात ठेवलं पाहिजं, की मोठी माणसं एखादी गोष्ट का नको म्हणतात, हे लहान मुलांना कळत नाही. ती हट्टानं ती गोष्ट करू लागले, तर मोठी माणसं ती करू देत नाहीत. तसंच संत, सद्‌गुरू एखादी गोष्ट का करू देत नाहीत हे आपल्यासारख्या सामान्य माणसांना कळत नाही. आपण फक्त त्यांच्या शब्दाचं पालन करणं, हेच आपल्या हिताचं असतं.

मुंडगावात अनेक लोक महाराजांच्या दर्शनाला येत होते. दर्शन घ्यायचे आणि निघून जायचे. पण त्यात पुंडलीक भोकरे नावाचा एक तरुण मुलगा होता. तो महाराजांचा जन्मोजन्मीचा भक्त असणार. कारण महाराजांच्या एका दर्शनानंच त्यानं त्यांना सद्‌गुरू मानलं. आपली संपूर्ण निष्ठा त्यांच्या पायी वाहिली. प्रत्येक महिन्याच्या वद्य पक्षात शेगावची पायी वारी करायची असा नियमच त्यानं तेव्हापासून सुरू केला. तो पुढे बरेच महिने चालू होता. मग एकदा मुंडगावात प्लेगची भयंकर साथ आली. अंगात ज्वर येई, काखेत गाठ येई आणि बघता बघता माणूस जग सोडून जाई. असं घरोघरी होऊ लागलं. पुंडलीकाची महिन्याची वारी जवळ आली होती. तो निघाला

तेव्हा त्याला जाणवलं, की आपल्याला ताप येतोय. पण वारी चुकवायची नाही या निश्चयामुळे त्यानं ते कुणालाच सांगितलं नाही.

तो हळूहळू चालत होता. पुंडलीकाबरोबर त्याचे वडीलही चालत होते. पण नंतर नंतर पुंडलीकाला अगदी चालवेनासं झालं. त्याच्या काखेत गाठ आली. अंगातली शक्ती कमी होत चालली आणि ताप वाढत चालला. हे सगळं पाहून वडिलांच्या तर पायाखालची जमीनच सरकली. आपला एकुलता एक मुलगा असा भयानक आजारानं ग्रासलेला बघून त्यांनी महाराजांचा धावा सुरू केला, ''महाराज, माझा एकुलता एक मुलगा आहे हो हा! त्याला वाचवा. तुमच्याशिवाय मी कुणाला शरण जाऊ?''

वडिलांनी पुंडलीकाला सांगितलं, ''तुला चालवत नाही, आपण गाडी करून जाऊ या.''

पण पुंडलीकाचा पायी वारीचाच नेम होता. तो म्हणाला, ''नाही बाबा. मी असंच बसत-उठत कसंतरी चालेन. पण बाबा, जर मला मध्येच मृत्यूनं गाठलं, तर माझा देह मात्र शेगावला घेऊन जा. महाराजांच्या पायावर घाला.'' त्याच्या डोळ्यांतून अश्रू वाहू लागले. वडिलांनाही हुंदके अनवार झाले. तशातही पुंडलीकानं प्रार्थना केली, ''महाराज हा देह हेच एक माझं उपासनेचं साधन आहे. मला त्या देहाच्या साहाय्यानं तुमच्यापर्यंत पोहोचू द्या. माझी साधना तुमच्या दर्शनानं पूर्ण होईल. मग हवं तर खुशाल मला मृत्यू येऊ दे.''

तसाच धडपडत तो वडिलांच्या सोबतीनं चालत राहिला. कसाबसा मठात पोहोचला. महाराजांना त्यानं साष्टांग नमस्कार घातला. महाराजांनी त्याला प्रेमानं जवळ घेतलं आणि म्हणाले, ''बाळा, तुझ्यावरचं गंडांतर टळलं आहे.'' महाराजांनी स्वतःची काख जोरात दाबली आणि पुंडलीकाच्या काखेतली प्लेगची गाठ निघून गेली. ताप गेला. अंगामध्ये अशक्तपणामुळे कापरं भरलं होतं. आजूबाजूच्या लोकांनी नैवेद्य आणला होता. महाराजांनी त्यातले दोन घास खाल्ले आणि पुंडलीकाचं कापरं थांबलं. हळूहळू शक्ती भरून आली आणि पुंडलीक पूर्ववत झाला.

पुंडलीकाची महाराजांविषयी भक्ती उत्तरोत्तर वाढत गेली. त्याच गावात भागाबाई नावाची एक बाई होती. कोणाही गुरूवर तिची निष्ठा नव्हती. धड उपासना नव्हती. नुसतंच प्रवचन, कीर्तन ऐकायला जायची. आपण मोठ्या सश्रद्ध आहोत असा दांभिकपणा दाखवायची. अशा माणसांना आंतरिक निष्ठा, श्रद्धा यांचं काही पडलेलं नसतं. वरवरच्या रीतीभाती, देखावे यांतच ते रमतात. वाईट म्हणजे दुसऱ्याची श्रद्धाही भंगवण्याचा प्रयत्न करतात. ती भागाबाई पुंडलीकाला म्हणाली, ''काय रे, नाही त्या माणसाच्या मागे कशाला लागलायस तू? त्याला आचाराची शुद्धता नाही. जातपात मानत नाही. कुणाच्याही हातचं खातो. वेडापिसा असल्यासारखा फिरतो. तुझा ताप काय बरा झाला, तू तर त्याच्या नादीच लागलास! एखाद्या वेळेला योगायोगानंसुद्धा असं घडतं.''

''पण मी त्यांना गुरू मानलंय, काकी,'' पुंडलीक उद्गारला.

''तू मस्त मानशील रे? पण त्यांनी तुला कानात एखादा मंत्र दिला आहे का? नाही ना? त्यापेक्षा तू उद्या माझ्याबरोबर अंजनगावला चल. तिथं केकाजी महाराजांच्या शिष्याचं कीर्तन आहे. आपण ते ऐकू. त्यांचा गुरुमंत्र घेऊ.''

काही माणसं खूप आक्रमक स्वभावाची असतात. स्वतःच्या शहाणपणाबद्दल त्यांना अनाठायी आत्मविश्वास असतो, अहंकार असतो. साधी, सौम्य स्वभावाची, संवेदनशील माणसं, दुसऱ्याचं पटलं नाही तरी त्यांना पटकन न दुखावणारी माणसं अशा वेळी दबून जातात. पुंडलीकाचं तसं झालं. त्याला भागाबाईचा विचार पटलेला नव्हता. महाराजांबद्दलची त्याची श्रद्धा निश्चल होती. पण सौम्य स्वभावामुळे त्याला भीड पडली. शेवटी त्यानं विचार केला की भागाबाईंबरोबर कीर्तनाला तरी जाऊ. पुढचं पुढे! भागाबाईला 'हो' म्हणून तो रात्री झोपला.

रात्री त्याच्या स्वप्नात गजानन महाराज आले. म्हणाले, ''काय रे पुंडलीका, अंजनगावला जातो आहेस? ज्याचं कीर्तन ऐकायला जातो आहेस, त्याचं नाव काशिनाथ आहे. तिथे गेल्यावर तुझी सगळी भ्रांत फिटेल. वेड्या, अरे कानात काही बोलल्यानंच कुणी गुरू होतो का? तसं असेल ना, तर हे बघ, मी तुला मंत्र देतो.'' असं म्हणून त्यांनी पुंडलीकाच्या कानात 'गण गण' असा मंत्र दिला. मग विचारलं, ''आणखी काही इच्छा आहे का तुझी?''

पुंडलीकानं नमस्कार करून सांगितलं, ''महाराज, आपल्या पादुका हव्या आहेत. नित्यपूजनासाठी.''

महाराजांनाही या उत्तरानं त्याचं कौतुक वाटलं असेल. पुंडलीक काही श्रीमंत नव्हता. साधा गरीब माणूस. वय तरुण. धन-कांचन-कामिनीच्या कितीतरी इच्छा या वयात मनात असू शकतात. पण पुंडलीकाच्या मनात यांपैकी काहीही आलं नाही. त्यानं मागितल्या फक्त पूजेसाठी पादुका!

महाराज म्हणाले, ''ठीक आहे. उद्या दोन प्रहरी तू घरी पादुकांचं पूजन कर.''

एवढं बोलून महाराज गुप्त झाले. पुंडलीकाला जाग आली. स्वप्नामुळे त्याला बरं वाटलं. पण पादुका काही दिसेनात. त्यामुळे तो विचार करत राहिला.

सकाळी भागाबाई बोलवायला आली. पुंडलीकानं तिला स्पष्ट नकार दिला. तो महाराजांच्या पादुकांची वाट पाहत बसला. पण घरी नुसतंच बसून राहणं त्याला पटेना. महाराजांच्या स्वागतासाठी जावं, तशा भावनेनं तो वेशीवर जाऊन वाट पाहत बसला.

इकडे शेगावात श्यामसिंग राजपूत आले होते. ते दोन-तीन दिवसांच्या मुक्कामानंतर मुंडगावला जायला निघाले. महाराजांनी आपल्या पायातल्या पादुका काढल्या आणि त्यांना सांगितलं, ''या पुंडलीक भोकरेला दे.''

मुंडगावच्या वेशीतच त्यांना पुंडलीक भेटला. श्यामसिंग वयानं पुंडलीकपेक्षा मोठे, जास्त संपन्न घरातले. पुंडलीक वयानं, धनानं, मानानं लहान! पण दोन गुरुबंधू एकमेकांना भेटले, की हे अंतर उरतच नाही. कधीकधी सख्ख्या नात्यापेक्षा हे नातं अधिक जिव्हाळ्याचं होऊन जातं. श्यामसिंग शेगावहून आलेत हे कळल्यावर पुंडलीकानं त्यांना वाकून नमस्कार केला. विचारलं, ''महाराजांनी माझ्यासाठी म्हणून काही दिलं आहे का तुमच्याजवळ?''

श्यामसिंगला आश्चर्य वाटलं. याला कसं हे कळलं? पण त्यांच्या लक्षात आलं, ही नक्कीच काहीतरी अंतरीच्या भक्तीची खूण आहे. हा तर सत्संगाचा योग! ते त्याला घरी घेऊन गेले. पुंडलीकाला सगळं विचारलं. मग त्यानं रात्रीचा स्वप्नाचा वृत्तान्त सांगितला. हा अलौकिक प्रसंग ऐकून श्यामसिंगच्या डोळ्यांतून प्रेमाश्रू वाहू लागले. त्यांनी आपल्या जवळच्या पादुका काढून त्याला दिल्या. पुंडलीकानं त्या पादुकांना आपल्या अश्रूंनी अभिषेक घातला. दोन्ही भक्त आपल्या सद्गुरूंच्या प्रेमात बुडून शुद्ध अश्रू आनंदानं ढाळत राहिले. तेव्हापासून पुंडलीकानं त्या पादुका नित्यपूजनात ठेवल्या.

◈

दोन योग्यांची भाव-भेट

अतिथी-अभ्यागतांचं स्वागत करणं, गरजूंना दान देणं हे गृहस्थाश्रमी लोकांचं कर्तव्यच आहे, पण त्याचबरोबर हा खर्च करताना विवेक बाळगणंही महत्त्वाचं असतं. आपलं उत्पन्न किती, गरजा किती याचा विचार करून आतिथ्य, दानधर्म करावं हा शहाणपणा असतो. तो विवेक नाही ठेवला तर काय होतं, याचं उदाहरण महाराजांच्या शिष्यांपैकी बंडूतात्या नावाच्या एका शिष्याच्या संसारात आपल्याला दिसून येतं.

मेहेकार तालुक्यातल्या खेर्डे या गावी बंडूतात्या नावाचे ब्राह्मण गृहस्थ होते. आचारसंपन्न आणि उदार मनाच्या या गृहस्थांनी आपलं सारं धन अतिथी-अभ्यागतांची सेवा करण्यात, दान करण्यात खर्च केलं. अशा माणसाचा फायदा घ्यायला काही लबाड, संधीसाधू नातेवाईकही बसलेलेच असतात. गोड गोड बोलून, माणसाला हरभऱ्याच्या झाडावर चढवून आपला फायदा साधून घेतात.

असा बंडूतात्यांजवळचा सगळा पैसा खर्च झाला. घरातलं सोनं-नाणंच काय, वस्तूही विकल्या. आता विकायलाही काही उरलं नाही. सावकाराचं कर्ज झालं. आता मात्र बंडूतात्यांना घरचे सगळे लोक बोलू लागले. कदाचित बायको आधीपासून सावध करीत असेल, पण तिचा सल्ला त्यांनी ऐकला नसेल. पण खाण्या-पिण्याचेच हाल सुरू झाले म्हटल्यावर बायको काय, मुलंही बोलू लागली. सावकाराचे तगादे सुरू झाले. बंडूतात्याला घरी-बाहेर तोंड दाखवायला जागा उरली नाही. संसारातला 'अर्थ' संपला तेव्हा त्यांना संसार निरर्थक वाटायला लागला. आत्महत्येचे विचार

मनात येऊ लागले. पण ते तरी कुठी सोपं असतं? त्यांनी शेवटी अंगाला राख फासली आणि एक लंगोटी लावून स्टेशनवर गेले. हरिद्वारचं तिकिट काढावं आणि तिथून हिमालयात जाऊन आत्महत्या करावी असा विचार दृढ झाला. तिकिटाच्या रांगेत त्यांना एक ब्राह्मण भेटला. मोठा तेजस्वी, हात गुडघ्यापर्यंत. तो बंडूतात्यांकडे आला आणि म्हणाला, ''बंडूतात्या, हरिद्वारचं तिकिट काढण्याआधी शेगावला जा. तिथल्या गजानन महाराजांचं दर्शन घ्या. हरिद्वारला काय, त्यानंतरही जाता देईल.''

'हा कोण आणि याला आपलं नाव कसं माहीत' असा विचार ते करत होते. तेवढ्यात तो दिसेनासा झाला. पण बंडूतात्यांच्या मनात आलं, खरंच जाऊन तर बघू शेगावला.

ते मठात आले. महाराजांना नमस्कार केला. महाराज म्हणाले, ''अरे, आत्महत्या करू नये. आज समस्यांपासून सुटण्यासाठी आत्महत्या करशील, पण तेच कर्मभोग भोगण्यासाठी तुला पुन्हा जन्म घ्यावा लागेल आणि याच समस्यांना तोंड द्यावं लागेल. त्यापेक्षा प्रयत्न करावेत. तुला स्टेशनवर भेटलेला ब्राह्मण कोण होता ओळखलंस का?''

आता बंडूतात्यांना कळलं, स्वतः महाराजच ब्राह्मणाचं रूप घेऊन आले होते. मग महाराज म्हणाले, ''तुझ्या शेतात म्हसोबा आहे. त्याच्या पूर्वेला बाभळीच्या झाडाखाली रात्रीच्या दोन प्रहरी तीन फूट खण. तुला खजिना मिळेल. तो घे. सावकारांचं देणं चुकव. उरलेल्या पैशांत नीट प्रपंच कर. पैसे उधळू नको. काटकसरीनं वाग. हे उसनं वैराग्य सोड आणि घरी जा.''

बंडूतात्यांनी महाराजांना नमस्कार केला. ते घरी परतले. महाराजांनी सांगितलं होतं, तसंच सगळं झालं. बंडूतात्यांचा पुढचा संसार सुखाचा झाला. बंडूतात्यांना शेगावच्या गजानन महाराजांबद्दल फारशी माहिती नसावी. ते त्यांचे भक्त असण्याचा प्रश्नच नव्हता. तरी महाराजांनी त्यांना कसं मार्गदर्शन केलं, असा प्रश्न मनात येऊ शकतो. याचं उत्तर एवढंच देता येईल की, त्यांचा महाराजांशी मागच्या कुठल्यातरी जन्मातला संबंध असणार. तो त्यांच्या प्रारब्धानुसार ठरलेल्या वेळी पुन्हा स्थापित झाला.

एकदा सोमवती अमावस्या होती. या दिवशी नर्मदास्नानाचं मोठं महत्त्व असतं. महाराजांचे सारे शिष्य त्यांना म्हणायला लागले, ''आपण ओंकारेश्वरला जाऊ. नर्मदास्नानाचं पुण्य मिळवू.''

महाराज म्हणाले, ''तुम्हाला जायचं तर जा. माझा ओंकारेश्वर इथेच आहे.''

पण शिष्यांचा हट्ट सुरू झाला, ''नाही महाराज, तुम्ही चलाच. तुम्ही आम्हाला ओंकारेश्वराच्या पायावर घाला. आमचा बालहट्ट समजा हवं तर.''

''अरे, तुम्ही मला आग्रह करू नका. आपल्या विहिरीतही नर्मदाच आहे. तिला सोडून मी तिथे आलो, तर माझी नर्मदा रागावेल ना...''

पण शिष्य काही हट्ट सोडायला तयार होईनात. ''आम्ही तुमच्याशिवाय जाणार नाही. तुम्ही चलाच आमच्याबरोबर.''

हा प्रसंग मोठा अर्थपूर्ण आहे. खरं म्हणजे अत्यंत निष्ठावान भक्ताचं हे लक्षण असतं; की आपल्या सद्‌गुरूंमध्येच तो सर्व देवांना पाहतो. वेगवेगळ्या देवदेवतांच्या दर्शनाला तो धावाधाव करत नाही. जिथे आपला भाव तिथे देवही असतो आणि तीर्थंही असतात, पण भक्तांमध्ये हा भाव नव्हता. ते दांभिक नव्हते, त्यांची श्रद्धा खोटी नव्हती; पण महाराजांना त्यांना ज्या उंचीवर न्यायचं होतं, ती उंची त्यांना अजून प्राप्त झाली नव्हती.

इथे एक विरोधाभास दिसून येतो. भास्कर पाटील यांची महाराजांवर इतकी अविचल श्रद्धा होती, की त्यांनी त्र्यंबकेश्वरला जायला नकार दिला होता. 'माझा त्र्यंबकेश्वर तुम्हीच आहात' असं ते म्हणत होते. तेव्हा महाराज म्हणाले, ''तरी तीर्थमहिमा मानावा.'' या दोन्हीमधलं नक्की काय खरं? तीर्थमहिमा मानावा की सद्‌गुरूंपाशी किंवा आपल्या अंतःकरणातच सर्व काही आहे म्हणून उगाच तीर्थक्षेत्री धावाधाव करू नये? हा विषय सगुण भक्ती आणि ज्ञानोत्तर भक्तीसारखा आहे. सगुण भक्ती करावी, पण ती भक्ती उत्तरोत्तर ज्ञानात परिवर्तित व्हावी. फक्त समोरच्या सगुण रूपातच आपली इष्ट देवता नाही; तर ती विश्वाच्या कणाकणांत, सर्व रूपांत आहे हे ज्ञान व्हावं. पण ज्ञान झाल्यानंतरही एक आचार म्हणून सगुण भक्ती सोडू नये. ती करावी, पण आता भावमूर्ती पूजतानाही ईश्वर निर्गुण रूपात सर्वत्र आहे हाच असावा, ही ज्ञानोत्तर भक्ती.

भक्ताचा भाव सद्‌गुरूचरणी दृढ झाल्यावर उपासनेतून त्याला हा अनुभव येतो की सर्व तीर्थं, तीर्थक्षेत्रं सद्‌गुरूंपाशीच आहेत. वेगळी धावाधाव करू नये. पण हा

भाव दृढ झाल्यानंतर जर तीर्थक्षेत्राला जाण्याचा योग येत असेल, तर तो नाकारू नये. तीर्थाचा म्हणून एक महिमा मान्य करावा, नाही तर तो अर्थवाद होतो (अर्थवाद म्हणजे नुसत्या तर्कावर घातलेला शुष्क वाद).

भास्कर पाटलांचा भाव दृढ होता. ते सद्‌गुरूंची इच्छा म्हणून तीर्थक्षेत्री जात होते. इथे या भक्तांची महाराजांवर श्रद्धा असली, तरी ज्ञान नव्हतं. भाव दृढ नव्हता. महाराजांना त्यांना ज्ञान द्यायचं होतं. शेवटी ते म्हणाले, ''मी आलो, तर काही विपरीत घडेल हं.'' तेही चालेल म्हणून सगळ्या शिष्यांनी हट्टच केला.

इथे हीदेखील एक चूक झाली, की शिष्यानं गुरूंची आज्ञा शिरसावंद्य मानून ऐकायची असते. आपली इच्छा गुरूंवर लादायची नसते. पण या सगळ्यांनी महाराजांना अति आग्रह केला.

शेवटी महाराजांसह सगळे ओंकारेश्वरला आले. पर्वकाळ असल्यानं तिथे प्रचंड गर्दी होती. माणूस माणसाला खेटत होता. एकमेकांबरोबर चालणंही मुश्किल व्हावं इतके माणसांचे लोंढे येत होते. कसंबसं सगळ्यांना ओंकारेश्वराचं दर्शन झालं. पण ज्या रस्त्यानं आलो, त्या रस्त्यानं जाण्यात अर्थ नाही हे सगळ्यांना कळून चुकलं होतं. गाडीवानांचे बैल बुजत होते. गोंधळून वेगानं पळत होते. रस्त्यावर लोकांच्या गर्दीतून वाट काढत गाडी चालवणं गाडीवानांना अवघड जात होतं. त्यामुळे शिष्य महाराजांना म्हणाले, ''आपण नावेत बसून नर्मदा ओलांडून पलीकडे जाऊ.''

महाराज म्हणाले, ''मी काय? तुमच्या इच्छेनुसार जसं ठरवाल, तसा येणार.''

एका नावेत सगळे बसले. महाराजांचं 'गण गण गणांत बोते' हे भजन मुखानं सुरूच होतं. खळाळत्या विशाल नर्मदेच्या पात्रामध्ये नाव आली आणि सगळ्यांच्या लक्षात आलं की, नावेत हळूहळू पाणी येऊ लागलं आहे. सगळ्यांचं धाबं दणाणलं! नावेला खाली एक छिद्र पडलं होतं. आता महाराजांना शरण जाण्यावाचून पर्यायच नव्हता! शिष्यांना आपली चूक कळून आली. महाराज नको म्हणत असताना आपण त्यांना घेऊन आलो. त्यांनी महाराजांची त्याबद्दल क्षमा मागितली आणि प्रार्थना केली की, ''आता वाचवा. शेगाव नजरेला पडू द्या.''

महाराज म्हणाले, ''नका काळजी करू. नर्मदा तुम्हाला काही होऊ देणार नाही. सुखरूप ठेवेल.'' त्यांनी नर्मदेची स्तुती करून प्रार्थना केली, ''हे अशुभनाशिनी नर्मदे, यांचा अपराध क्षमा कर.''

तेवढ्यात एक कोळिणीचा वेष असलेली स्त्री आली. तिची वस्त्रं ओली होती.

तिनं एक हात नावेला लावला आणि एक छिद्राला. नाव ढकलत ढकलत तिनं किनाऱ्याला आणली. शिष्यांनी तिला विचारलं, ''बाई तू कोण? कुठली? तुझी वस्त्रं किती भिजली आहेत. आम्ही कोरडी वस्त्रं देतो. बदलून टाक ही.''

ती म्हणाली, ''मी ओंकार कोळ्याची कन्या. आमच्यात ओलीच वस्त्रं नेसतात. माझं रूपच पाणी आहे ना...'' ती महाराजांना नमस्कार करून गुप्त झाली. आता शिष्यांनी महाराजांना ती कोण हे विचारलं. ते म्हणाले, ''अरे ही नर्मदा! आपल्याला वाचवायला आली. ओंकार कोळ्याची कन्या म्हणजे ओंकारेश्वराची कन्या.''

आता शिष्यांचे डोळे उघडले. गुरूंवर आपली इच्छा लादायची नाही हे लक्षात ठेवून ते आपापल्या घरी परतले.

चित्रकूट इथे माधवनाथ नावाचे महान संत-योगी राहत होते. त्यांचे शिष्य सदाशिव वानवळे आणखी एका गृहस्थांना घेऊन शेगावला महाराजांच्या दर्शनाला आले. महाराज त्या वेळी जेवण करीत होते. हे आल्याचे कळताच त्यांना विलक्षण आनंद झाला. त्यांनी वानवळेंना अगदी पोटाशी धरले, 'माझ्या भावाची पोरं रे तुम्ही...' म्हणून! मग म्हणाले, ''आता माधवनाथ इथे येऊन गेले. बरं झालं तुम्ही आलात. आम्ही एकत्र जेवलो; पण त्यांचा विडा इथेच राहिला. जाल तेव्हा विडा नेऊन द्या त्यांना.'' असं म्हणून त्यांनी एक विडा बनवून त्यांच्या हातात दिला. हे शिष्य माधवनाथांकडे गेले आणि त्यांना विडा दिला. माधवनाथ खूपच आनंदून गेले. म्हणाले, ''जेवताना त्यांना माझी आठवण आली. तीच आमची भेट. माझं जेवण तसंच झालं.'' मग त्यांनी विलक्षण प्रेमानं तो विडा कुटला, स्वतःही खाल्ला आणि प्रसाद म्हणून सगळ्यांना दिला.

दोन योग्यांची भेट ही अशी सूक्ष्म पातळीवर होऊ शकते. त्यासाठी प्रत्यक्ष भेटावं लागत नाही.

लोकमान्यांना कृपाप्रसाद

ते वर्ष होतं १९०८. देशातल्या जनतेवर लोकमान्य टिळकांचा फार मोठा प्रभाव होता. टिळकांनी सुरू केलेल्या 'केसरी' आणि 'मराठा' या वृत्तपत्रांतून टिळक इंग्रज सरकारविरोधात ज्या सिंहगर्जना करीत होते, त्यामुळे सगळा समाज त्यांच्या विचारांनी प्रभावित झाला होता. त्यामुळे इंग्रज सरकारचा टिळकांवर मोठा रोष होता. समाजात एकता निर्माण व्हावी आणि लोकांपुढे पारतंत्र्याविरुद्ध लढण्याचा आदर्श निर्माण व्हावा म्हणून त्यांनी सार्वजनिक गणेशोत्सव आणि शिवजयंती उत्सवाची प्रथा सुरू केली.

अकोल्यातही त्यामुळे १९०८मध्ये शिवजयंतीचा उत्सव आयोजित केलेला होता. या उत्सवाचे प्रमुख पाहुणे म्हणून लोकमान्य टिळकांनाच आमंत्रण दिलेलं होतं. त्यांनी ते स्वीकारलंही होतं. जोरात तयारी सुरू झाली. दादासाहेब खापर्डे, अच्युतराव कोल्हटकर, दामले वगैरे मंडळींच्या स्थानिक लोकांबरोबर बैठका सुरू झाल्या. त्यात काही लोकांचं म्हणणं पडलं, की आपण शेगावच्या गजानन महाराजांना या कार्यक्रमाला बोलावलं तर? काही जणांना हा विचार आवडला. पण काही जणांना हे पटलं नाही. ते उगाच व्यासपीठावरून काहीतरी असंबद्ध बोलले तर? सभेत विवस्त्र फिरले तर? अशा शंका त्यांनी काढल्या. पण त्या शंकेखोरांना इतरांनी गप्प केलं. महाराजांचे वेडे चाळे हे अडाणी म्हणजे पारमार्थिकदृष्ट्या अज्ञानी लोकांसाठी असतात. टिळकांचा मान महाराज नक्की राखतील, असं म्हणून महाराजांना समारंभाला बोलावण्याचा विचार पक्का झाला.

दादासाहेब खापर्डे महाराजांना आमंत्रण द्यायला गेले, तेव्हा महाराजांनी आमंत्रण तर स्वीकारलंच, शिवाय म्हणाले, ''आम्ही सभेत नीट बसून राहू. वेड्यासारखे चाळे करणार नाही.''

अकोल्याला झालेल्या सभेतील शब्दन्‌शब्द महाराजांनी जाणला होता. सभेचा दिवस आला. सारा अकोला गाव शिवजयंतीसाठी सजला होता. मोठं व्यासपीठ उभं केलं होतं. रंगीबेरंगी पताका लावल्या होत्या. बैठकीची उत्तम व्यवस्था केली होती. सभेला अगदी थोडा वेळ उरलेला असताना गजानन महाराजांचं आगमन झालं. त्यांना मोठ्या भक्तिभावानं संयोजक व्यासपीठावर घेऊन गेले. रीतीप्रमाणे सभेला सुरुवात झाली. पहिल्या सगळ्या औपचारिकतेनंतर लोकमान्य टिळक व्याख्यानासाठी उभे राहिले. महाराजांना वंदन करून ते म्हणाले, ''भारत पारतंत्र्यात असताना वीर शिवाजी महाराजांनी महाराष्ट्राला पारतंत्र्यातून सोडवलं. त्यांना समर्थ रामदासांचा आशीर्वाद होता. आपल्या राष्ट्रकार्यालाही वंदनीय गजानन महाराजांचा आशीर्वाद आहे. सध्या आपला स्वातंत्र्यसूर्य मावळला आहे. सर्वत्र पारतंत्र्याचा अंधार पसरला आहे. या दास्यत्वातून मुक्ती मिळवण्यासाठी मुलांना राष्ट्रीय शिक्षण देणं गरजेचं आहे. सध्याचं आपलं परकीय सरकार असं राष्ट्रीय शिक्षण देईल का हो?''

या टिळकांच्या प्रश्नावर महाराज 'नाही, त्रिवार नाही' असं गर्जून बोलले.

टिळक बोलत होते. स्वातंत्र्यलढ्याचे सेनानीच होते ते. त्यामुळे साहजिकच त्यांच्या बोलण्याचा रोख इंग्रजांवर होता. टिळक होतेच भारतीय असंतोषाचे जनक! लोकांमध्ये परकीय सत्तेविरुद्ध असंतोष निर्माण करण्याचं काम ते करीत होते. त्यामुळे त्यांचं भाषण ऐकून महाराज म्हणाले, ''अरे, अशानेच दोन्ही दंडांत काढण्या पडतात रे.''

महाराजांचा स्वातंत्र्यलढ्याला पूर्ण पाठिंबा होता. सगळ्याच संतांना भारतीय संस्कृती पुन्हा प्रस्थापित करायची होती. त्यामुळे ती संस्कृती घालवणारं परकीय शासन नकोच होतं. पण सध्या असणाऱ्या या सरकारचे कायदे जनहितविरोधी आहेत हेही त्यांना माहीत होतं. त्यामुळे महाराजांच्या तोंडून ही भविष्यवाणी निघाली.

खरोखरीच टिळकांना शिक्षा झाली आणि त्यांना भारतापासून अनेक मैल दूर मंडालेच्या कारावासात पाठवायची शिक्षा झाली. टिळकांच्या सगळ्या अनुयायांनी ही शिक्षा रद्द किंवा निदान कमी व्हावी, असे प्रयत्न सुरू केले. दादासाहेब खापर्डे हे वकील होते. त्यांनी मुंबईला जाऊन कायदेशीर प्रयत्न करायचं ठरवलं, तर

अच्युतराव कोल्हटकर यांना त्यांनी शेगावला जाऊन जरा महाराजांच्या कानावर ही गोष्ट घालायला सांगितली. कदाचित त्यांच्या आशीर्वादानं ही शिक्षा रद्द किंवा कमी तरी होईल असं त्यांना वाटत होतं. त्यानुसार अच्युतराव कोल्हटकर शेगावला मठात आले. त्या वेळी महाराज तीन दिवस झोपून होते. महाराजांची ही झोप म्हणजे आपल्यासारखी झोप नक्कीच नसणार. लोकांना ती केवळ झोप वाटत असली, तरी ती त्यांची समाधी अवस्थाच असणार. त्या अवस्थेत ते संपूर्ण ब्रह्मांडाचा, भारत देशाच्या भविष्याचा विचार करीत असणार. त्यांच्या दृष्टीपुढे संपूर्ण भविष्याचा पट उलगडला असणार.

महाराजांचे चरित्रकार संत दासगणू महाराज इथे म्हणतात, ''अच्युतराव कोल्हटकर तिथे तीन दिवस बसून होते. खरी तळमळ असल्याशिवाय असं कोण करेल?''

दुसरा एखादा असता तर 'काय करू? मी थोडी वाट बघितली, पण महाराज चांगले पाच-सहा तास झाले तरी उठले नाही, मग मी निघून आलो.' असं म्हणाला असता. एखाद्यानं महाराजांच्या शिष्यांमागे तगादा लावला असता, महाराजांना उठवा म्हणून! माणसा-माणसांमधला फरक इथे दिसून येतो. पूर्वी एकदा विठोबा घोटाळे महाराजांजवळ असताना काही लोकांनी महाराजांचं दर्शन हवं आहे म्हणून त्यांना उठवण्याची गळ घातली होती. अच्युतरावांचं काम तर राष्ट्रहिताचं होतं. स्वातंत्र्यलढ्यात काम करणाऱ्या त्या माणसाचा वेळ किती महत्त्वाचा असेल! पण त्यांनी शांतपणे तीन दिवस वाट पाहिली. यामागे त्यांचं टिळकांवरचं प्रेम जसं दिसून येतं, तसंच महाराजांच्या निद्रेमागचा अर्थ त्यांना कळला होता हेही दिसून येतं.

नंतर महाराज उठले. अच्युतरावांनी महाराजांना प्रणाम करून येण्यामागचा हेतू सांगितला. महाराज म्हणाले, ''अरे, सज्जनांना त्रास झाल्याशिवाय राज्यक्रांती होत नाही. समर्थ रामदास पाठीशी असूनही शिवाजी महाराजांना कैद झालीच होती की!'' असं म्हणून त्यांनी एक भाकरी अच्युतरावांना दिली आणि म्हणाले, ''त्यांच्या हातून फार मोठं कार्य होणार आहे. ही भाकरी त्यांना आठवणीनं खायला घाल.''

नमस्कार करून अच्युतराव परत आले. टिळकांना सगळा वृत्तान्त सांगितला आणि भाकरी दिली. 'तुरुंगात राहून कसलं कार्य करणार?' असा विचार टिळकांच्या मनात आला. पण पुढे कारावासात असतानाच तशा परिस्थितीत त्यांच्याकडून 'गीतारहस्य'सारखा अलौकिक ग्रंथ लिहिला. भगवद्गीतेवर विविध संतांनी,

विद्वानांनी विविध दृष्टिकोनांतून टीका लिहिली होती. पण गीतेचा अर्थ कर्माच्या दृष्टिकोनातून लावून टिळकांनी अध्यात्म क्षेत्रात अलौकिक कामगिरी केली. तुरुंगातल्या खडतर आयुष्यात, ब्रह्मदेशाच्या न मानवणाऱ्या हवेतही टिळकांचा गायत्री मंत्राचा जप, ध्यानधारणा चुकली नाही. 'गीतारहस्य' या त्यांच्या ग्रंथाला विद्वत्तेइतकाच उपासनेचाही आधार आहे.

कोल्हापूरमध्ये श्रीधर गोविंद काळे नावाचा एक तरुण राहत होता. चित्पावन ब्राह्मण. तो मॅट्रिक पास झाला. मॅट्रिक म्हणजे आजच्या काळाच्या दृष्टीने एसएससी. जुन्या काळी मॅट्रिक पास होणं अवघड असे. त्यामुळे हे शिक्षणही त्या काळी महत्त्वाचं होतं. पुढे तो कॉलेजच्या शिक्षणात मात्र इंटर (म्हणजे कॉलेजचं दुसरं वर्ष) नापास झाला. थोडी निराशा आली. त्या काळी 'केसरी' हे मोठे नावाजलेलं वृत्तपत्र होतं. त्यात जपानच्या ओयोमा टोगो यांचं चरित्र आलं होतं. टोगो यांनी परदेशात जाऊन तंत्रज्ञान शिकून घेतलं आणि मातृभूमी जपानला येऊन आपल्या देशाला त्याचा फायदा करून दिला. तेव्हा एकूणच देशप्रेमाचा विचार समाजामध्ये प्रबळ असल्यामुळे श्रीधरलाही वाटलं, आपण परदेशी जाऊन तंत्रज्ञान शिकावं आणि आपल्या राष्ट्रप्रगतीला काही हातभार लावावा. विचार मनात आला, पण पैशांचं काय? जवळ पैसा नव्हता. भंडाऱ्याला त्याचा एक मित्र हायस्कूलमध्ये शिक्षक होता. श्रीधर त्याच्याकडे गेला. त्यांनाही श्रीधरचा विचार पटला. पण उपयोग काय? एकादशीकडे शिवरात्र गेली, अशी अवस्था! मग, कोल्हापूरला परत जाऊन तिथे आणखी थोडे प्रयत्न करून पाहू, असं शेवटी दोघांनी ठरवलं.

विदर्भात महाराजांचं नाव तोपर्यंत प्रसिद्ध झालं होतं. त्यामुळे कोल्हापूरला परतण्याआधी आपणही या संतांचं दर्शन घेऊन घरी जाऊ असा विचार त्यांनी केला. दोघे शेगावला आले. शेगाव तेव्हा छोटं खेडं होतं. परगावच्या लोकांना राहण्यासाठी काहीच सोय नव्हती. त्यांनी पोस्टमास्तरकडे सामान ठेवलं आणि मठात दर्शनाला आले. महाराजांना साष्टांग दंडवत घातला आणि समोर बसले. त्यांच्या मनातले विचार त्यांनी सांगितले नाहीत, तरी महाराजांना कळलेच होते की! ते म्हणाले, "वेड्या, परदेशात जायचा विचार करू नकोस. तंत्रज्ञानाहूनही योगशास्त्र अधिक

श्रेष्ठ आहे. त्या ज्ञानाची जननी आपली भारतमाता. हिंदुस्थानात जन्म मिळण्यासाठी पूर्वपुण्याई लागते. तेव्हा, इथेच राहा.''

काळेंना ते पटलं. त्यांना आवठलं, कोल्हापुरात कुंभार गल्लीत श्रीकृष्ण सरस्वती नावाचे सत्पुरुष होते, तेही हेच सांगायचे. महाराजांना नमस्कार करून काळे कोल्हापूरला परतले. तिथे त्यांचा खरोखरच अभ्युदय झाला. काळे पुढे शिकले, एमए झाले. शाहू महाराजांच्या शिवपुरी कॉलेजमध्ये प्राचार्य झाले.

वेगळ्या संदर्भात, पण असंच मार्गदर्शन महाराजांनी स्वामी दत्तात्रय केदार यांना केलं होतं. पूर्वी महाराज अमरावतीला गेले असताना दादासाहेब खापर्डेंकडे पूजा होती. भरपूर लोक जमले होते. त्या गर्दीत महाराज भास्कर पाटलांना म्हणाले होते, ''दत्तात्रय केदार यांच्या खिशात चिकणसुपारी आहे. ती मला आणून दे.''

भास्कर पाटलांनी विचारलं, ''इथे दत्तात्रय केदार कोण आहेत?''

केदार पुढे येऊन म्हणाले, ''मी दत्तात्रय केदार.'' पाटलांनी त्यांना सुपारीविषयी विचारलं. 'पण माझ्या खिशात सुपारी नाही,' असं म्हणत त्यांनी खिशात हात घातला आणि आश्चर्य म्हणजे त्यांना चिकणसुपारी मिळाली. ती आश्चर्यानं आणि आनंदानं महाराजांना देऊन त्यांनी नमस्कार केला.

महाराज म्हणाले, ''का उगाच लोकांच्या पोरी मारतोस? तुझ्या नशिबात संसार नाही.''

लोकांना या बोलण्याचा अर्थ कळेना. मग दत्तात्रय केदारांनी स्वतःच सांगितलं, ''आत्तापर्यंत दोन वेळा माझं लग्न ठरलं. पण दोन्ही वेळा लग्न प्रत्यक्ष होण्याआधीच मुलगी गेली. आत्तापर्यंत दोघी वारल्या. असं का होतं याचं उत्तर शोधत मी अनेक तीर्थस्थानांना भेटी दिल्या. पंढरपूरला विठ्ठलाचं दर्शन घेताना 'तुझा उद्धारकर्ता शेगावला आहे' असं मार्गदर्शन मिळालं. म्हणून इथे आलो.''

महाराजांनी त्यांना परमार्थाचा उपदेश केला. पुढे नोकरीचा राजीनामा देऊन दत्तात्रय केदारांनी वेदविद्या, योग, प्राणायाम यां गोष्टींना स्वतःला वाहून घेतलं. ध्यानसाधना केली. नागपूर, अमरावती भागात महाराजांच्या विचारांच्या, कार्याचा प्रसार केला. काचुर्णा या आपल्या जन्मगावी महाराजांचं मंदिर बांधलं. पुढे महाराजांनी त्यांना आपल्या पादुका दिल्या.

भक्तीची सत्त्वपरीक्षा

अकोल्यामध्ये महाराजांचे अनेक शिष्य होते. राजाराम कंवर हे त्यांपैकी एक. त्यांचा सराफीचा व्यवसाय होता. गोपाळ आणि त्र्यंबक ही त्यांची दोन मुलं. राजाराम यांची भक्ती उच्च प्रतीची होती. मुख्य म्हणजे ही भक्ती त्यांच्या दोन्ही मुलांमध्येही आली होती. मुलांमध्ये गोपाळ मोठा होता आणि विवाहित. त्याच्या पत्नीला सगळे 'नानी' म्हणत. त्र्यंबकला 'भाऊ' म्हणत. तो धाकटा होता. वैद्यकीय शिक्षण घेत होता.

एके दिवशी भाऊच्या मनात आलं, महाराजांच्या आवडीचे सगळे पदार्थ करावेत आणि त्यांना जेवू घालावं. गरमगरम भाकरी, अंबाडीची भाजी, झुणका, कांदा, हिरवी मिरची हे महाराजांच्या आवडीचं जेवण. पण ते करणार कोण? भाऊंना आई नव्हती, त्यामुळे मोठी वहिनी हीच घरातली कर्ती स्त्री होती. मात्र तिचा स्वभाव किंचित तापट होता. आपण हे सांगितलं आणि तिला ते आवडलं नाही तर, या विचारांनी भाऊ थोडे गोंधळून गेले. साधाच स्वयंपाक आहे, पक्वान्नांचा नाही. पण... नानीला सांगावं की नको? या विचारात भाऊ असताना नानी तिथे आली. धाकट्या दिराचा विचारमग्न चेहरा बघून म्हणाली, ''काय झालं हो भाऊजी, चेहऱ्यावर प्रश्नचिन्ह का? सगळं ठीक आहे ना?''

''नाही, नाही... तसं काही नाही.'' म्हणून भाऊ गप्प बसले.

मग नानीच म्हणाली, ''अहो, मनात असेल ते बोलावं माणसानं. मोठ्या भावाला तुम्ही वडिलांसारखं मानता ना? मग त्याची बायको आईसारखी झाली नाही का? काय हवं आहे हे आईला सांगितलं असतं ना? तसंच मला सांगा बरं!''

हा प्रसंग भारतीय कुटुंबपद्धतीचं दर्शनच घडवतो. माणसं जरा फटकळ, थोडी तापट असली, तरी कुटुंबामुळे एकमेकांशी जोडलेली राहतात. नानीला भाऊंचा चेहरा बघूनच त्यांच्या मनातली चलबिचल समजली. तिनं त्यांच्या मनातलं जाणून घ्यायचा प्रयत्न केला. एवढंच नव्हे, तर भाऊंनी मनातली इच्छा बोलून दाखवताच, तिच्यातली अन्नपूर्णा प्रसन्न झाली. तिच्याही मनात महाराजांबद्दल श्रद्धा होती.

ती म्हणाली, ''महाराजांच्या कृपेनं आपल्याला काही कमी नाही. आत्ता पटकन स्वयंपाक करते बघा मी. तुम्ही बाराची गाडी पकडून जा. जेवायच्या वेळेपर्यंत शेगावात!''

तिनं छान स्वयंपाक केला. भाकऱ्या केल्या. त्यांना भरपूर ताजं लोणी माखलं. अंबाड्याची भाजी केली, झुणका केला. सोबत दोन कांदे आणि थोड्या हिरव्या मिरच्या ठेवल्या. ते घेऊन भाऊ गडबडीनं स्टेशनवर पोहोचले, पण उपयोग झाला नाही. बाराची गाडी निघून गेली होती. भाऊ प्रचंड दु:खी झाले. मनातल्या मनात म्हणाले, 'माझ्या नैवेद्याचा अव्हेर का केलात, महाराज? मी इतकी साधी सेवासुद्धा करू शकत नाही का?'

आणि मग एखाद्या हट्टी मुलासारखे म्हणाले, ''तुम्ही माझा नैवेद्य नाही स्वीकारणार, तर मीही उपाशीच बसतो.'' असं म्हणून ते पुढच्या गाडीची वाट बघत स्टेशनवर बसले. पुढची गाडी तीन वाजता होती. त्या गाडीनं ते दुपारी चारच्या आसपास शेगावला मठात पोहोचले.

इकडे मठात खूप भक्तांनी नैवेद्याची ताटं आणली होती. काहींमध्ये पक्वान्नं होती. ते सगळे लोक ताटकळत बसले होते. महाराजांनी खाल्लं, की मग त्यातलं नैवेद्य म्हणून ते खाणार. दुपारची एक-दीडची वेळही टळून गेली. पण महाराजांनी त्या दिवशी कशालाच हात लावला नव्हता. बाळाभाऊ दोनदा येऊन गेले. महाराज तहान-भुकेच्या पलीकडे आहेत याची जाणीव त्यांना होतीच. म्हणून त्यांनी महाराजांना भक्तांच्या भुकेची आठवण करून दिली. पण महाराज म्हणाले, ''आमचं जेवण आज चौथ्या प्रहरी आहे. हवं तर बाकीच्यांनी ताटं घेऊन जा आणि जेवा.''

तीनच्या गाडीनं निघालेले भाऊ चौथ्या प्रहरी मठात पोहोचले. गाईला बघून वासरानं धाव घ्यावी तसे महाराजांकडे धावले. महाराजांनाही विलक्षण आनंद झाला. त्यांना नमस्कार करून भाऊ उभे राहिले. त्यांना वाटलं, महाराजांचं जेवण

झालं असेल. इतक्या उशिरा आपण आणलेल्या जेवणाबद्दल काय बोलायचं? भाऊ जेवण घेऊन आलेत हे इतरांना माहीतच नव्हतं. त्यामुळे त्यांनीही भाऊंना काही सांगायचा प्रश्न नव्हता.

शेवटी महाराज म्हणाले, ''अरे, आम्हाला जेवायला बोलावलंस ना? ही काय जेवणाची वेळ आहे? तुझ्यासाठी मला उपाशी बसावं लागलं.'' आपल्या नैवेद्याची वाट पाहत महाराज उपाशी बसले आहेत हे भाऊंना जेव्हा कळलं, तेव्हा त्यांच्या डोळ्यांत अश्रूंचा पूर आला. मोठ्या घाईनं त्यांनी शिदोरी सोडली. महाराजांनी दोन भाकऱ्या खाल्ल्या आणि एक प्रसाद म्हणून सगळ्यांना वाटली. एरवी महाराज फार तर अर्धी-चतकोर भाकरी खाणारे! पण आज त्या दोन भाकऱ्या भक्ताच्या हृदयातल्या प्रेमाचं प्रतीक होत्या. त्यांचा मनस्वी स्वीकार झाला.

मग महाराज म्हणाले, ''आता घरी जा बरं अकोल्याला. पुढच्या वर्षी तू डॉक्टरकीची परीक्षा पास होशील.''

''मी फक्त तुमच्या कृपेसाठी आलो, महाराज. बाकी मला काही नको.'' भाऊ म्हणाले.

सद्गुरूंच्या ठायी संपूर्ण समर्पण असलं, की भक्ताचा हाच भाव असतो. सद्गुरुकृपा असली; तर यश-अपयश, सुख-दुःख सारं काही निभावून नेता येतं. फक्त कृपा हवी. गुरूंचं प्रेम हवं. भाऊंना ते भरभरून मिळालं होतं.

सहज विचार करताना मनात येतं, महाराजांना भाऊंची इच्छा पूर्ण करायचीच होती, तर त्यांना बाराची गाडी मिळवून देणंही महाराजांना शक्य होतं. पण तसं झालं असतं, तर तो एक सामान्य प्रसंग झाला असता. भक्ताच्या प्रेमाला ईश्वर कसा प्रतिसाद देतो, तोही कसा प्रेमाचा भुकेला असतो, भाव खरा असेल तर ईश्वर सारं कसं समजून घेतो, हे कसं कळलं असतं?

आपल्या मनासारखी एखादी गोष्ट घडत नाही, तेव्हाही त्यात ईश्वरी इच्छाच असते.

ईश्वराची वाट चालण्यासाठी साधनं अनेक असतात. जसे भाऊ ही प्रेमाची वाट चालत होते, तसाच तुकाराम शेगोकर नावाचा महाराजांचा एक शिष्यही ती वाट

चालत होता. रोज संध्याकाळी तो मठात जाई. महाराजांना चिलीम भरून देई. थोडा वेळ बसून निघून जाई. त्याचा हा नेम कधी चुकला नाही.

एकदा तो असाच शेतात बसलेला असताना ससे मारण्यासाठी काही शिकारी फिरत आले. तुकारामच्या मागेच ससा बसला होता. शिकाऱ्यानं छर्रा भरलेली बंदूक चालवली आणि त्यातला छर्रा नेमका तुकारामच्या डोक्याला लागला. त्याच्यामुळे तुकारामचं डोकं खूप दुखू लागलं. अनेक औषधोपचार झाले. त्या काळी उपलब्ध असणारे सारे उपाय केले, पण उपयोग शून्य! तुकाराम तशाही अवस्थेत मठात येई. पण त्यानं कधीही महाराजांसमोर आपल्या डोकेदुखीविषयी तक्रार केली नाही. मग कुणीतरी त्याला सुचवलं, 'तू रोज मठात येऊन मठाची स्वच्छता करीत जा, महाराजांच्या कृपेनं तुझं दुखणं बरं होईल.' त्यानंही निर्मळ मनानं ते स्वीकारलं. आता तो रोज मठात येऊन मठ, अंगण सगळं लख्ख झाडून घेऊ लागला. मठाचं अंगण, खोल्या सगळ्या आरशासारख्या लख्ख दिसू लागल्या. पण त्यानं महाराजांपाशी अजूनही आपल्या दुखण्याविषयी वाच्यता केली नव्हती किंवा ही इच्छा मनात धरून मठाची स्वच्छता करत आहे, असंही त्यानं कधी मनात आणलं नाही. निरिच्छ अंतःकरणानं, महाराजांवर विश्वास ठेवून तो सेवा करीत राहिला. एक वर्ष, दोन वर्षं नाही; तर तब्बल चौदा वर्षं तो हे काम करीत राहिला आणि एके दिवशी आपोआप त्याच्या डोक्यात घुसलेला छर्रा कानातून अगदी सहज गळून पडला. त्याची डोकेदुखी थांबली. हा प्रसंग मोठा विलक्षण आहे. कारण रोज महाराजांना भेटत असला, तरी त्यानं आपल्या डोकेदुखीची समस्या महाराजांना सांगितली नाही. महाराजांवरची त्याची भक्ती निष्काम होती आणि त्याचा त्यांच्यावर पूर्ण विश्वासही होता.

मठ स्वच्छ करायला सुरुवात करूनही चौदा वर्षं काहीच झालं नाही. दरम्यानच्या काळात त्याच्या कधी असं मनात आलं नाही की, 'छे! इतकी वर्षं झाली पण काही उपयोग झाला नाही या सेवेचा!' धीर धरून, शांतपणे तो काम करीत राहिला. महाराजांनीही त्याच्यावर चौदा वर्षं कृपा का केली नाही, असा प्रश्न कदाचित मनात येऊ शकतो. खरं तर तो ज्या क्षणी मठात यायला लागला, त्या क्षणापासून महाराजांची त्याच्यावर कृपा होतीच. भक्तीचा एक आदर्श निर्माण करण्यासाठी जणू त्यांनीच त्याला धीर दिला. कदाचित त्याच्या पूर्वकर्मानुसार त्याच्या प्रारब्धात चौदा वर्षांचा त्रास लिहिला असेल. हे प्रारब्ध भोगून संपवलं की

त्याचा पुढचा प्रवास यशस्वी होणार असेल. ते प्रारब्ध भोगण्याची हिंमत त्यांनी तुकारामला दिली. त्यामुळे त्यांची कृपा होतीच. ती आहे याची तुकारामालाही खात्री होती. म्हणूनच तो निःशंक मनानं सेवा करीत राहिला.

अध्यात्मामध्ये उतावीळपणा उपयोगी नसतो. धैर्य, शांतपणे वाट पाहण्याची क्षमता आणि सद्गुरूंवर, उपास्य दैवतावर विश्वास आवश्यक असतो. याचं एक उत्तम उदाहरण म्हणजे तुकाराम शेगोकर!

भक्तितीर्थात भिजून जा!

विष्णूसा सावजी नावाचे महाराजांचे एक भक्त मलकापूरला राहत असत. ही गोष्ट आहे भास्कर पाटील यांच्या समाधीच्या पूर्वीची. ते महाराजांचे अंतरंग शिष्य! त्यामुळे सावजी भाऊंनी भास्कर पाटील यांना विनंती केली, की महाराजांना एकदा आमच्या घरी आणा. महाराजांची पाद्यपूजा करावी, प्रसाद करावा, भजन-कीर्तन करावं असा त्यांचा विचार होता. पण महापुरुषांचे पाय आपल्या घराला लागण्यासाठी फक्त त्यांच्या जवळच्या व्यक्तीशी ओळख असून चालत नाही, तर पुण्याईही लागते. एवढंच नव्हे, तर त्या व्यक्तीशी त्या महापुरुषाचे जन्मोजन्मीचे बंध कसे आहेत हे बघून ते महापुरुषच ठरवतात, की एखाद्याच्या घरी जायचं की नाही. महात्म्यांच्या प्रत्येक कृतीला, होकार-नकाराला एक अर्थ असतो; जो सामान्य माणसाच्या आकलनापलीकडे असतो. म्हणून शिष्यांनी आपली इच्छा गुरूवर कधीही लादायची नसते. एकदा प्रार्थना किंवा विनंती करणं ठीक आहे; पण ती मान्य झाली नाही, तर तो विचार सोडून देणंच हिताचं असतं.

कधीकधी सद्‌गुरूंच्या सान्निध्यात सतत राहिल्यानंतर ही मर्यादा विसरली जाते. शिष्यधर्म सुटतो. मग त्याची शिक्षाही भोगावी लागते.

भास्कर पाटील खरं म्हणजे महाराजांच्या इतके जिव्हाळ्याचे शिष्य! शिवाय आध्यात्मिकदृष्ट्या प्रगत! तरीही त्यांच्याकडून नकळत ही चूक झाली.

विष्णूसा सावजींनी जेव्हा महाराजांना मलकापूरला घेऊन येण्याची विनंती केली, तेव्हा महाराजांच्या इच्छेचा विचार न करता भास्कर पाटलांनी शब्द दिला,

की मी त्यांना घेऊन येतो.

महाराजांनी या गोष्टीला स्पष्टपणे नकार दिला. 'सध्या आम्हाला मलकापूरला जायचं नाही' असं त्यांनी सांगितलं. तरी भास्कर पाटलांनी महाराजांना बराच आग्रह केला. शेवटी म्हणाले, ''मी शब्द दिलाय त्यांना.'' अध्यात्मामध्ये हा 'मी' आला की सगळं बिनसतं. महाराजांनी इशारा दिला, ''आम्हाला आग्रह करून नेलंस, तर भलता प्रसंग ओढवेल, फजिती होईल.'' पण महाराजांचं हे बोलणं पाटलांनी फारसं मनावर घेतलं नाही.

त्यांनी स्टेशनमास्तरना सांगून बारा जणांसाठी रेल्वेचा एक डबा आरक्षित केला. महाराज आणि इतर काही शिष्य गाडीत बसले. सुरुवातीला महाराज शांत बसले. पण गाडी सुटायची वेळ झाल्यावर तसेच विवस्त्र स्थितीत स्त्रियांच्या डब्यात जाऊन बसले. आता महाराज स्वत: विदेही अवस्थेत होते. ते प्रत्येकाकडे अजर, अमर, लिंगभेदांपलीकडचे आत्मस्वरूप म्हणून बघत होते. स्त्रीदेह, पुरुषदेह असला फरक त्यांच्या खिजगणतीतही नव्हता. पण सगळ्या स्त्रिया तर साध्या, सामान्य होत्या. त्यांना महाराजांबद्दल कदाचित काही माहिती नसणार. त्यामुळे एक दिगंबर पुरुष असा बायकांच्या डब्यात शिरलेला बघून बायकांनी गोंधळ सुरू केला आणि पोलिसांना बोलावलं. पोलीस अधिकारी आला. त्यालाही यांच्याबद्दल काही माहीत नव्हतं. तो महाराजांना थोडा वेडंवाकडं बोलला. मग महाराजांच्या हाताला धरून खाली ओढायचा प्रयत्न करू लागला. पण महाराजांच्या योगसामर्थ्यापुढे त्याची शक्ती ती किती! शेवटी त्यानं स्टेशनमास्तरला जाऊन हे सांगितलं. त्यांना महाराज माहीत होते.

ते म्हणाले, ''अहो, हा तर योगिराजा! केवळ ब्रह्म! यांना जाऊ दे या डब्यातून. काही होणार नाही.''

पण इतकं सरळ सगळं व्हावं ही महाराजांचीच इच्छा नव्हती ना!

तो पोलीस अधिकारी म्हणाला, ''मला हे काहीच माहीत नव्हतं. मी आता माझ्या वरच्या अधिकाऱ्यांकडे तक्रार नोंदवली आहे. आता माझ्या हातात काही राहिलं नाही.''

मग स्टेशनमास्तर गाडीत आले. मोठ्या आदरानं महाराजांना प्रणाम करत म्हणाले, ''महाराज, आपण कृपा करून खाली उतरावं. या जगातले काही कायदे आहेत ना? त्याचं पालन करावं लागतं हो.''

महाराज शांतपणे खाली उतरले. सगळी मंडळी अर्थातच मठात परतली. आल्यावर कळलं, की त्या अधिकाऱ्यानं तक्रार केलेली असल्यामुळे महाराजांवर खटला दाखल झाला आहे.

जठारसाहेब नावाचे अधिकारी या खटल्याचं कामकाज बघणार होते. अकोल्याचे व्यंकटराव देसाई वकील महराजांचे भक्त होते. ते काही कामानिमित्त शेगावला आले होते. त्यांनी जठारसाहेबांना विचारलं, ''तुमच्या चेंबरसमोर एवढी गर्दी कसली? काही विशेष खटला आहे का?'' त्यांनी सांगितलं, ''तुमच्या गजानन महाराजांवर खटला भरला गेलाय.'' व्यंकटराव खट्टू झाले. त्यांनी जठारसाहेबांना महाराजांबद्दल सांगितलं. शेवटी खटल्याचा निकाल दिला गेला.

''महाराज तर अग्नीसारखे परमपवित्र आणि शुद्ध आहेत. पण अग्नीची दाहकता बघून अग्निहोत्री त्याला कुंडात ठेवतात. त्याप्रमाणे महाराजांच्या अंगावर व्यवस्थित वस्त्र घालण्याची जबाबदारी त्यांच्या शिष्यांची आहे. त्यांनी ती नीट पार पाडली नाही. म्हणून भास्कर पाटील यांना पाच रुपयांचा दंड करण्यात आला आहे.''

एव्हाना भास्कर पाटलांना आपली चूक समजलीच होती.

सहज मनात विचार येतो, की अवलिया व्यक्तींच्या या विवस्त्र राहण्यामागे काय कारण असेल? एक तर हे लोक सर्व विकारांच्या पलीकडे असतात. त्यांची देहबुद्धी (म्हणजे 'मी देह आहे' ही भावना) पूर्ण निघून गेलेली असते. त्यामुळे लोकनीतींचं बंधन त्यांना नसतं. योगाच्या सामर्थ्यामुळे थंडी, वारा, ऊन, पाऊस यांचं त्यांना काहीच वाटत नाही. आपल्या अंतःकरणातील विकार लपवण्यासाठी आपण वस्त्र धारण करतो. पण हे योगी लोक सर्व विकारांच्या पलीकडे गेलेले असतात. वातावरणातले सर्व बदल सहन करून ते कडक तपाचरण करीत असतात.

आणखी एक मत असे आहे की, आपल्या सर्वांमध्ये एक ऊर्जा, एक शक्ती असते. ती अत्यंत विहित किंवा सकारात्मक, उदात्त असेल; तर तिच्या लहरी जास्त असतात. अविहित किंवा नकारात्मक विचार असतील, तर ऊर्जेच्या लहरी क्षीण असतात. गजानन महाराजांसारख्या परमात्मस्वरूप अवलियांच्या विचारात, संकल्पात संपूर्ण विश्वाच्या कल्याणाच्या अत्यंत पवित्र, आत्यंतिक विहित, सकारात्मक ऊर्जेच्या तीव्र लहरी असतात. त्यामुळे जे प्रचंड तेज निर्माण होतं, त्यामुळे त्या तेजस्वी देहावर वस्त्र टिकू शकत नाही.

अशी मतमतांतरं आहेत. साधा विचार करायचा, तर अंगावरच्या बोटभर

चिंधीचाही मोह नाही, इतकी निर्मोही अवस्था त्यांची असते. त्यामुळे एकूण जगाचे नियम त्यांना लागू पडत नाहीत. पण एरवी आपल्या या अवस्थेचा त्रास आपल्या भक्तांना त्यांनी होऊ दिला नव्हता. ही लीला त्यांनी फक्त हे दाखवून देण्यासाठी केली, की सद्‌गुरूंवर आपली इच्छा कधीही लादायची नसते.

एकदा महाराज अकोल्याला बापूराव सावगावकर यांच्या घरी आले होते. या बापूरावांची जवळच्याच कुरुम गावातल्या मेहताबशा नावाच्या मुस्लीम साधूशी ओळख होती. त्यांनी सांगितलं होतं की, 'गजानन महाराज तुमच्याकडे येतील, तेव्हा मला सांगा. मलाही त्यांना भेटायचं आहे.' म्हणून महाराज आल्याबरोबर एका माणसाला त्यांनी कुरुमला पाठवलं. आश्चर्य म्हणजे इकडे मेहताबशांना आधीच कळलं होतं, की महाराज अकोल्याला आले आहेत. ही दोन संतांमधली संदेशाची देवाणघेवाण होती. त्याला इतर भौतिक साधनांची गरज नव्हती. तो माणूस मेहताबशांना वाटेतच भेटला आणि दोघे मेहताबशांबरोबर असलेल्या काही शिष्यांबरोबर एकत्रच अकोल्याला आले. महाराजांची आणि मेहताबशांची भेट झाल्यावर दोघांना प्रेमाचं भरतं आलं. पण महाराजांनी मेहताबशाचे केस धरले आणि दोन थोबाडीत मारल्या. त्या मिळाल्यावर मेहताबशानं महाराजांना नमस्कार केला आणि ते आनंदित झाले. महाराजांच्या या मारण्यामागचा अर्थ त्यांना कळला होता. महाराजांनी आपल्या कृतीतून सांगितलं. ''अरे, 'महताब' म्हणजे 'चंद्र'. प्रकाशमान, तेजस्वी पण शीतल! तुझ्यासारखे साक्षात्कारी संत या धर्मात आहेत. पण लोक मूळ तत्त्व विसरून आडदांड झाले आहेत. तू त्यांना खऱ्या साधनेच्या मार्गावर कधी नेणार?''

दोन संतांमधल्या संभाषणाला शब्दांची गरज नसते. 'या हृदयीचे त्या हृदयी घातले' असा हा सगळा मामला. त्यामुळे मेहताबशांना महाराजांचं मनोगत कळलं आणि पुढील कार्याची दिशा सापडली. त्यांच्या सोबतचे लोक मात्र अस्वस्थ झाले. त्यांच्या दृष्टीनं एका हिंदू गुरूनं एका मुस्लीम गुरूंना थोबाडीत मारली! पण आपले गुरूच खूश आहेत हे बघून त्यांना गप्प बसावं लागलं.

मेहताबशा त्यांच्या शिष्यांना म्हणाले, ''तुम्ही आता कुरुमला परत जा. मी

इथूनच पंजाबला जाईन.''

''लेकिन... कुरुममें मस्जिद का काम अधूरा पडा है। आप नहीं आयेंगे तो...''

''फिक्र मत करो। गजानन महाराज की इनायतसे मस्जिद का काम पूरा होगा। और सुनो, मस्जिद, मंदीर इनकी जादा अहमियत मत करो। मुस्लीम अगर खुदाने बनाया है, तो हिंदू भी उसीने बनाया है। अपने मजहब की दिलोजान से इज्जत करो, खुदा की राह पर चलो, लेकिन दूसरोंके दीन की, इमान की, मजहब की इज्जत करना सीखो।''

केवढा अर्थपूर्ण प्रसंग आहे हा! एका मुस्लीम साधूची अशी श्रद्धा आहे, की एका हिंदू साधूच्या आशीर्वादानं मशिदीचं काम पूर्ण होईल.

महाराजांनी न सांगताच त्यांना हेही कळलं, की आपण पंजाबला गेलं पाहिजे. नंतरच्या कालखंडाचा विचार केला की लक्षात येतं, पंजाबला हिंदू-मुस्लीम दंग्यांची झळ सर्वांत जास्त बसली. मेहताबशासारख्या संतांचं काम तिथेच होतं.

आजही धार्मिक, जातीय तेढ आपल्याला सगळीकडे दिसून येते. तरीही अनेक दिव्य शक्ती दैवी पातळीवर संपूर्ण ब्रह्मांडाच्या रक्षणासाठी कार्य करीत आहेत, म्हणून हे ब्रह्मांड टिकून आहे.

या घटनेनंतर दुसऱ्याच दिवशीची गोष्ट! बच्चुलाल अगरवालनं महाराजांना भोजनाचं आमंत्रण दिलं होतं आणि महाराजांनी ते स्वीकारलंही होतं. महाराज टांग्यात बसून बच्चुलालच्या घरी आलेसुद्धा! पण नंतर टांग्यातून न उतरता बापूसाहेबांच्या घरी परत गेले. सगळे संभ्रमात पडले. असं का बरं झालं असेल? त्यांच्यातल्या एका माणसाला सुचलं, 'अरे! आपण मेहताबशांना बोलावलं नाही हे महाराजांना आवडलं नसणार.' सगळ्यांना ते पटलं.

मग त्यांनी मेहताबशांनाही आमंत्रण दिलं आणि एकाच टांग्यातून दोघांना आणलं. मग महाराज आनंदानं आले. सर्व धर्म समान असले, तरी समाजाचे काही रीतिरिवाज असतातच. त्यानुसार महाराजांना राममंदिरात भोजन दिलं आणि तितक्याच सन्मानानं पण मंदिराजवळच्या नाट्यगृहामध्ये मेहताबशांची व्यवस्था केली. महाराजांनी आपलं ताट उचललं आणि मेहताबशांच्या शेजारी बसून जेवण केलं. त्यानंतर मेहताबशा पंजाबला गेले.

बापूराव सावगावकर अत्यंत आनंदात होते, कारण त्यांच्या घरी प्रत्यक्ष गजानन महाराज राहिले होते. तत्परतेनं ते महाराजांची सेवा करत होते. येणाऱ्या-जाणाऱ्या भक्तांची व्यवस्था हसतमुखानं बघत होते. वरवर सगळं छान होतं. पण महाराजांच्या नजरेपासून अंतरंग थोडंच सुटतं? आतून त्यांना कुठली तरी काळजी पोखरतेय, ते महाराजांच्या लक्षात आलं. शेवटी बापूसाहेबांनी सांगितलं की, त्यांच्या पत्नीला भानामतीची बाधा झाली होती. हा काळ्या जादूचा एक प्रकार मानला जातो. ज्याला त्रास द्यायचा आहे, त्याच्या बाबतीत काही विचित्र प्रकार घडतात.

क्षणात पाठीवर बिब्ब्याच्या काळ्या फुल्या उमटतात. दांडीवरील वस्त्रं जळून जातात. कपाळावर अचानक मळवट येतो. कुणीतरी गळा आवळतो आहे असं वाटतं. अशा प्रकाराला भानामती म्हणतात.

आजच्या युगात 'हे सगळं खरं आहे की अंधश्रद्धा', 'हा मानसिक विकार आहे का' असे प्रश्न पडू शकतात. याचा थोडा विचार केला तर वाटतं, या जगात विचारांच्या लहरी आहेत हे आता विज्ञानानंही मान्य केलं आहे. आपल्या अनुभवातली गोष्ट म्हणजे एखादी संपूर्ण अनोळखी व्यक्ती आपल्या समोर आली, तर कधीकधी एखाद्या व्यक्तीकडे बघून आपल्याला उगाचच प्रसन्न वाटतं किंवा एखाद्याकडे बघून उगाचच अस्वस्थ वाटतं. हा त्या माणसांच्या विचारलहरींचा परिणाम असतो. अशा शुभ-अशुभ विचार लहरी संपूर्ण वातावरणात असतात. आपण टेलिपथीच्या प्रयोगातून एखाद्या दूरच्या व्यक्तीपर्यंत आपल्या विचारलहरी पाठवू शकतो. जेव्हा एखाद्या व्यक्तीबद्दल तीव्र नकारात्मक विचार दुसरी व्यक्ती करते, तेव्हा त्या व्यक्तीपर्यंत ते पोहोचतच असतील. त्यामुळे असे तांत्रिक प्रकार आपल्याला फक्त मानसिक विकार म्हणून पूर्ण नाकारता येतील असं वाटत नाही.

अर्थात हा अनुभव गूढ आहे. याचा पुरावा देता येणार नाही. त्यामुळे ज्यांना हे पटणार नाही, त्यांनी याला 'मानसिक विकलता' म्हटलं तरी चालेल. यांपैकी कुठल्याही कारणानं का होईना, पण बापूरावांच्या पत्नीला हा त्रास होत होता.

महाराजांनी एकवार त्यांच्याकडे आपली दृष्टी टाकली, क्षणभर न्याहाळलं आणि त्या बाईंना एकदम हलकं वाटू लागलं. पुन्हा कधीही हा त्रास त्यांना झाला नाही.

जिथे आत्यंतिक शुभंकर, दैवी प्रेम, करुणेचे विचार असतील, तिथे कुठल्याही प्रकारच्या नकारात्मकतेला जागा कशी राहील?

मागे एकदा अकोटला नरसिंगजी महाराजांना भेटायला गजानन महाराज गेले होते. तसे ते अधूनमधून जातच असत. असेच एकदा ते त्यांना भेटायला गेलेले असताना जवळच्या विहिरीत डोकावून बघू लागले. नरसिंगजींनी त्यांना विचारलं, ''हे काय करतोयस?'' आजूबाजूला थोडे लोक होते. त्यांनाही जरा आश्चर्य वाटलं. काय चाललं आहे यांचं?

महाराज म्हणाले, ''अरे, या विहिरीत गंगा, यमुना, सरस्वती आहेत. आणखी किती तीर्थांचा वाटा आहे, ते पाहतोय. या साऱ्या तीर्थांनी मला येऊन आज स्नान घालावं.''

महाराज असं म्हणाले आणि विहिरीतून कारंज्यासारखं उंच उंच पाणी उडू लागलं. महाराज त्यात भिजून गेले. लोकांना म्हणाले, ''या रे या. सगळ्या पवित्र तीर्थांचं स्नान करण्याची संधी घ्या.'' लोक तीर्थामध्ये आणि त्याहीपेक्षा जास्त महाराजांच्या भक्तीमध्ये भिजून गेले.

सद्‌गुरूंची सावली

मुंडगावात श्यामसिंग रजपूत, पुंडलीक भोकरे असे महाराजांचे एकनिष्ठ शिष्य होते. तशीच त्यांची आणखी एक भक्त मुंडगावमध्ये राहत होती. तिचं नाव बायजा. हळदी माळ्यांच्या वंशात ती जन्मली. वडिलांचं नाव शिवराम, आईचं भुलाबाई!

त्या काळच्या पद्धतीप्रमाणे तिचं लग्न लहानपणीच लावून दिलं होतं. वयात आल्यावर तिला सासरी घेऊन गेले. गर्भदान विधी होऊन आता तिचा संसार सुरू होणार होता. पण विधिलिखित काही वेगळंच होतं. तिचा पती षंढ आहे हे त्या वेळी त्यांना कळलं. आईवडिलांना खूप वाईट वाटलं. आई म्हणाली, ''आता आपण हिला घरी घेऊन जाऊ. दुसरं लग्न करून देऊ.'' पण वडिलांनी आशा सोडली नव्हती. ते म्हणाले, ''हा पुरुषांमधला एक प्रकारचा दोष आहे, कधीकधी तो तात्पुरता असू शकतो. औषधोपचारांनी तो बरा होऊ शकेल. थोडी वाट बघू.''

बायजाला सासरी ठेवून आई-वडील परतले.

बायजा नाकीडोळी तरतरीत होती, बुद्धिमान होती. चेहऱ्यावर बुद्धीचं आणि सात्त्विकतेचं तेज होतं. बांधा सुडौल होता. घरातली सगळी कामं मोठ्या चपळाईनं आणि कुशलतेनं करताना ती सहज हालचाल करी. त्यात लय होती. मात्र त्या घरात एक दुसरी वाईट पुरुषी नजर बायजाच्या या हालचाली सतत टिपत होती. तिच्या तरतरीत स्त्रीत्वावर रेंगाळत होती. तो होता बायजाचा मोठा दीर. एका मुलाचा हा बाप होता. पण म्हणतात ना, 'कामातुराणां न भयं, न लज्जा', तसं झालं होतं.

एकदा एकांतात गाठून तो तिला म्हणाला, ''कशाला एवढं सुंदर आयुष्य वाया

घालवते आहेस? माझ्या सावलीत ये. जन्मभर काही कमी पडू देणार नाही तुला.''

सात्त्विक आणि पापभिरू बायजा त्याला मर्यादेनं समजवायची, ''मोठा दीर वडिलांसारखा असतो. तुम्ही भलती गोष्ट करायला जाऊ नका.'' पण एकदा मात्र त्याचा संयम सुटला. रात्रीच्या वेळी चोरून तो बायजाजवळ येऊन तिचा हात धरू लागला. नेमका त्याच वेळी त्याचा मुलगा पलंगावरून खाली पडला. डोक्याला काहीतरी लागून जोरात खोक पडली. बायजानंच त्याला मांडीवर घेऊन मलमपट्टी केली. तोवर सगळं घरच जागं झालं. बायजानं तेजस्वी, करारी नजरेनं दिराकडे पाहिलं. एव्हाना तोही घाबरला होता. पण या प्रसंगानंतर बायजाला तिचे आई-वडील मुंडगावला माहेरी घेऊन आले.

बायजाच्या मनात, देहात कुठेच कामवासना नव्हती. ती आपल्या आयुष्यावर खूश होती. पण आईवडिलांच्या दृष्टीनं माहेरी कायमची परतलेली पोर म्हणजे घोर असतो. बायजाचे आई-वडील याला अपवाद कसे असणार?

त्यांनी ठरवलं, आपण महाराजांना 'हिचं भवितव्य काय' असं विचारू. ते शेगावला आले. आईनं विनवलं, ''माझ्या लेकीला मुला-नातवंडांचं सुख द्या.''

महाराज हसले. म्हणाले, ''हिच्या नशिबी संसारसुख नाही. जगातले सगळे पुरुष हिच्यासाठी बापाप्रमाणेच आहेत.''

बायजा हे ऐकून आनंदीच झाली. ती मुळातच विरक्त, भक्त असावी. काही साधना पूर्ण करण्यासाठीच तिचा जन्म असावा. त्यामुळे न-कळत्या वयात केवळ रूढीनुसार झालेल्या लग्नाच्या अपयशाचं तिला दुःख नव्हतंच.

ते तिघे मुंडगावला परतले आणि बायजा ईश्वराच्या आणि सद्गुरू म्हणून गजानन महाराजांच्या भक्तीत रममाण झाली. मुंडगावातच शेगावची न चुकता पायी वारी करणारा पुंडलीक भोकरे होताच. बायजाला वाटलं, इतक्या निर्मळ भक्ताबरोबर आपणही शेगावची वारी करावी.

दोघे एकत्र शेगावची पायी वारी करू लागले. सद्गुरुकृपेच्या कहाण्या एकमेकांना सांगाव्यात, त्यांच्या लीलांचं पुन्हापुन्हा वर्णन करावं आणि गुरुप्रेमानं मन भरून आल्यावर मुखानं नामस्मरण करीत वाट चालावी, अशी त्यांची वारी चाले.

पण तरुण स्त्री-पुरुषांमधील निर्मळ मैत्रीला आजही समाजमान्यता मिळणं अवघडच. तो काळ तर जुना. तरुण वयात स्त्री-पुरुष एकत्र हिंडतायत आणि त्यांच्या मनात तारुण्यसुलभ आकर्षण नाही, हे लोकांना पटणं शक्यच नव्हतं. त्यामुळे

गावात कुजबूज सुरू झाली. आईवडिलांनाही हे विचित्र वाटू लागलं. काही दिवस पाहिल्यावर आई म्हणाली, ''आमच्या तोंडाला काळं फासशील एखाद्या दिवशी.''

बायजानं आईला समजावून सांगायचा प्रयत्न केलाच असणार. पण ती माउली तरी काय करणार? तिला जगरहाटीची भीती होती. शेवटी सगळ्यांनी मिळून पुन्हा महाराजांकडे जायचं ठरवलं. आता तेच काय ते सांगतील. या वेळी पुंडलीकही बरोबर होता.

त्यांचं ऐकून महाराज म्हणाले, ''तुम्ही उगाच का संशय घेता? बरं का, पुंडलीका, ही तुझी गेल्या जन्मीची बहिण आहे. भाऊ आहेस तू हिचा.''

तिच्या आईवडिलांना म्हणाले, ''हिच्यावर संशय घेऊ नका. जनाबाई-नामदेवांसारखं यांचं नातं. हिनं माझा आश्रय घेतला आहे. या दोघांचं पाऊल कधीच वाकडं पडणार नाही.''

हे ऐकून सगळ्यांचंच समाधान झालं. पुन्हा कधीही गावातल्या कुणीच या दोघांकडे बोट दाखवलं नाही. बायजा आणि पुंडलीक या बहिण-भावांची जोडी सद्गुरुकृपेच्या सावलीत आत्मोद्धाराची वाट चालत राहिले.

महाराजांच्या कृपेनं भाऊ म्हणजे त्र्यंबक कंवर डॉक्टर झाले होते. खामगावला ते वैद्यकीय अधिकारी होते. एकदा त्यांच्या पायाला एक मोठा फोड आला. सुरुवातीला साधे औषधोपचार, मलम वगैरे लावून झालं. अनेक डॉक्टरांशी भाऊंनी विचारविमर्श केला, पण फोड काही बरा होईना. शेवटी शहरातून मोठ्या डॉक्टरांना आणून शस्त्रक्रिया केली. पण तरीही त्या जखमेवर पुन्हा फोड आला. स्वतः डॉक्टर असून भाऊंनाही याचं कारण कळेना. अनेक तज्ज्ञ डॉक्टरांनी या व्याधीवर सांगितलेले उपायही चालेनात. वैद्यकशास्त्रातली पुस्तकं पालथी घातली, पण उपयोग नाही.

भाऊ महाराजांचे निस्सीम भक्त होते. आपल्या समस्यांसाठी महाराजांना त्रास देणं त्यांना आवडत नसे. त्यामुळे त्यांनी 'ही व्याधी बरी करा' अशी प्रार्थना महाराजांना केली नाही. त्यांच्या वडील बंधूंनाही आता खूप काळजी वाटायला लागली. भाऊंना रात्रंदिवस वेदना होत होत्या. सगळे उपाय थकले, तेव्हा मात्र भाऊंना वाटू लागलं, की ही व्याधी आपली अंतिम व्याधी आहे की काय? मग मात्र

त्यांनी अंथरुणावर पडल्या पडल्या हात जोडले आणि महाराजांना कळवळून प्रार्थना केली, 'महाराज, या वेदना नाही सहन होत आता. लवकर धावून या. या लेकराचा अंत पाहू नका.'

रात्र झाली होती. सगळं गाव शांत झोपलं होतं. क्वचित भुंकणारं एखादं कुत्रं, दूरच्या रानातली कोल्हेकुई मधूनच शांतता भंग करीत होती. अंधार पांघरून गाव शांत झालं होतं. भाऊ मात्र तळमळत जागेच होते. तेवढ्यात दुरून त्यांना बैलांच्या गळ्यांतल्या घुंगुरमाळांचा आवाज ऐकू आला. हळूहळू तो जवळ आला आणि जवळ येत चक्क त्यांच्याच घरासमोर थांबला. दारावर थाप पडली आणि हाक ऐकू आली, ''भाऊ... भाऊ आहेत का?''

'आता या वेळी कोण आलं असावं?' असा विचार करीत भाऊंच्या वडीलबंधूंनी दार उघडलं. दारात एक ब्राह्मण उभा होता. तो म्हणाला, ''मी गजा, शेगावहून आलोय. महाराजांनी भाऊंसाठी हा अंगारा आणि हे तीर्थ पाठवलंय.'' ते हातात घेत भाऊंचे वडीलबंधू त्यांना 'आत या' म्हणतच होते, तेवढ्यात तो ब्राह्मण म्हणाला, ''मला थांबायला वेळ नाही. लगेच जायचंय.'' आणि लगेच तो बाहेर पडलादेखील. भाऊंनी श्रद्धापूर्वक तो अंगारा कपाळावर लावला. फोडावर लावला. तीर्थ प्राशन केलं. आणि बघता बघता तो फोड फुटला. त्यातला पू बाहेर पडून गेला. वेदना थांबल्या. पुढे हळूहळू जखम भरून आली आणि भाऊंच्या अंगात पहिल्यासारखी शक्ती आली.

भाऊ महाराजांच्या दर्शनासाठी शेगावला गेले. महाराज म्हणाले, ''अरे, माझ्या बैलांना चाराही दिला नाहीस तू...''

भाऊ समजायचं ते समजून गेले.

भक्तानं आर्ततेनं मारलेली हाक ईश्वरापर्यंत पोहोचतेच आणि तो भक्तासाठी धावून येतोच, हे महाराजांनी कृतीतून दाखवून दिलं.

आषाढाचे दिवस होते. रिमझिम पावसाची संततधार सुरू होती. मराठी मनाला या दिवसांत विठ्ठलाची ओढ लागते. महाराजांच्याही मनात आलं, आपण पंढरीला जाऊ. जगू, आबा, हरी पाटील, बापूना काळे आणि इतर काही मंडळी यांना घेऊन

महाराज पंढरीला निघाले. दर्शनाच्या वाटेवर कुकाजी पाटलांचा चौसोपी वाडा होता. तिथे थांबले.

चंद्रभागेच्या तीरावर विठ्ठलनिष्ठांची मांदियाळी जमली होती. चंद्रभागेला भक्तांचा महापूर आलेला होता. माणूस माणसाला चिकटून चालत होता. सगळ्यांनी चंद्रभागेत स्नानं उरकली आणि गर्दीतून वाट काढीत सगळे विठ्ठल मंदिरापर्यंत पोहोचले. कुकाजी पाटील मंडळी मोठी तालेवार! पंढरपुरात त्यांचा वाडा होता. त्यामुळे त्यांना तिथे कदाचित लोक ओळखतही असतील. शेगावहून निघालं, की जवळच संत गोमाजींच्या समाधीचं दर्शन घ्यायचं. तिथे गरम पाण्याचे झरे आहेत, म्हणून त्याला 'नागझरी' म्हणतात. गोमाजींचा अनुग्रह या पाटील घराण्यावर होता. नंतर त्यांच्यावर गजानन महाराजांची कृपा झाली. नागझरीला संत गोमाजींचं दर्शन घेऊन पंढरपूरला यायचं ही त्यांची नेहमीची वहिवाट! सगळी मंडळी विठ्ठलमंदिराच्या महाद्वारापाशी पोहोचली. मनोभावे विठ्ठलाचं दर्शन घेतलं. यामध्ये बापूना काळे मात्र मागं राहिला. त्याला स्नानासाठी थोडा उशीर झाला आणि नंतर गर्दीच्या रेट्यातून तो काही महाद्वारापाशी पोहोचू शकला नाही.

पंढरीमध्ये येऊन विठ्ठलाचं दर्शन नाही, हे केवढं दुःख! सगळा प्रवासाचा केलेला अट्टाहास, घेतलेला शीण वाया गेला. त्यामुळे बापूना वाड्यात उदास बसला होता. त्यानं विठ्ठल दर्शनाचा इतका ध्यास घेतला होता, की तहानभुकेचाही त्याला विसर पडला होता.

बरोबरीचे लोक काहीही बोलत होते. त्यांना वाटलं, हा आजूबाजूच्या जत्रेत रेंगाळत राहिला. विठ्ठल दर्शनाची याला ओढच नाही. दांभिक नुसता!

''दुर्दैवी रे! शेगावहून इथे आला, पण विठ्ठलाचं दर्शन नाही घडलं.''

''अरे, तो वेदान्ती आहे. त्याचा विठ्ठल सगळीकडे भरून राहिला आहे.''

''हो ना. तो काही नुसता या पाषाणाच्या मूर्तीत नाही. आपण वेडे म्हणून इथवर आलो.''

''असेल, असेल! पण मग तो इथे तरी आला कशाला? शेगावलाच थांबायचं ना...''

अशी सगळी चर्चा चालली होती.

बापूना सगळं शांतपणे ऐकत होता. कुणालाही त्यानं प्रत्युत्तर केलं नाही. त्याच्या मनात आर्त प्रार्थना सुरू होती, ''विठ्ठला, माझ्यावर असा निष्ठुर का झालास? तुझ्या

दर्शनासाठी मी इथवर आलो. पण असं कुठलं पाप आडवं आलं, की इथे येऊनही तुझं दर्शन मला होऊ नये? पांडुरंगा, या गर्दीतून मला तुझ्यापर्यंत नाही रे येता आलं! पण तू विश्वमाउली... भक्तांचं दुःख जाणणारी! सावता माळ्याच्या लेकीसाठी अरणीपर्यंत धावत गेलास. माझ्यासाठी फक्त थोडा मंदिरातून बाहेर तरी ये!''

परमेश्वर हा स्मर्तृगामी आहे. आपण त्याची आठवण काढली, की तो तिथे असतोच! खरं तर हाक मारण्यापूर्वीही तो जवळ असतोच. भक्तानं हाक मारली, की तो प्रकट होतो. कधीकधी सगुण रूपात प्रत्यक्ष दिसतो. कधी कुणाच्या रूपानं येतो, तर कधी भक्ताला त्याच्या अस्तित्वाची खूण पटते. त्याच्या जाणिवेला ईश्वरी अस्तित्वाचा स्पर्श घडतो. बापूनाची तळमळ वाढली. विठ्ठलाचा निदिध्यास लागला. शरीराची, तहानभुकेची, लोकांच्या टीकेची... कसलीच म्हणून शुद्ध राहिली नाही. निर्विकार बसून होता तो. ही त्याची जणू तपश्चर्याच झाली. महाराज सगळं बघत होते. त्यांनी बापूनाला म्हटलं, ''अरे वेड्या, चिंता का करतोस? तुला विठ्ठलदर्शन हवं आहे ना? हे बघ, मी घडवतो तुला दर्शन.''

असं म्हणून महाराजांनी उभे राहून पाय जुळवले. कमरेवर हात ठेवले. एक सुंदर, शांत प्रकाश बापूनाच्या डोळ्यांसमोर पसरला. त्या जुळलेल्या पावलांमध्ये नुपूरे आली. वर सोनसळी पीतांबर, कटीवर मेखला रुणझुणू लागली. तिथे ठेवलेल्या हातांच्या बोटांमध्ये पाचू-माणिक-हिऱ्याच्या अंगठ्या होत्या. मनगटांवर सोन्याचं कडं. गळ्यामधली वैजयंती माळ नाभीपर्यंत रुळत होती. त्यावर तुळशीमाळा होत्या. अनेक पुष्पमाला होत्या. त्याखाली कंठातील अनेक सुवर्णालंकार होते. खांद्यापर्यंत आलेली कानातली मकराकार कुंडलं... आणि त्या सावळ्या मुखाचं तेज वर्णन तरी कसं करायचं? भक्तभेटीच्या आनंदाचं स्मित ओठांवर होतं. सरळ नासिका आणि प्रेमानं, करुणेनं भरलेले हसरे डोळे... कपाळावर चंदन उटी आणि गंधाचा उभा नाम ओढलेला... मस्तकावर किरीटामध्ये मोत्यांचे घोस.

तो घनःश्याम विठ्ठल पाहून बापूनाच्या डोळ्यांतून आनंदाश्रूंचे पाट वाहू लागले. साष्टांग प्रणिपात करून त्यानं ते समचरण अश्रूंनी भिजवून टाकले. अंतःकरण तृप्त, तृप्त झालं. थोड्या वेळाने ओल्या डोळ्यांनी वर पाहिलं, तर मात्र तीच ओळखीची दिगंबर मूर्ती समोर उभी! बापूनानं आनंदानं जयघोष केला, ''पुंडलीकवरदा हरि विठ्ठल!''

सगळे लोक स्तंभित झाले. याला साक्षात विठ्ठलाचं दर्शन झालं? ते सगळेच

महाराजांचे शिष्य होते. ते महाराजांना म्हणू लागले, ''आम्हालाही असं दर्शन घडवा.''

महाराज म्हणाले, ''बापूनासारखं मन शुद्ध करा, म्हणजे दर्शन घडवीन.''

एकविसाव्या शतकातले एक महान संत हृषिकेशचे स्वामी चिदानंद सरस्वती यांनी म्हटलं आहे, ''आध्यात्मिक वाट चालणाऱ्यांनी 'Mind your own business' हे लक्षात ठेवलं पाहिजे.'' याचा अर्थ काय? तर आपण आपल्या साधनेत मग्न राहायचं. हा कसा आहे, तो कसा आहे, यानं काय करायला हवं होतं, त्याचं कसं कुठे चुकलं अशा इतरांच्या मूल्यमापनात साधकानं वेळ घालवू नये. आणि कुणी तुमचं मूल्यमापन चुकीचं करत असेल, तर त्याला उत्तर देत बसू नये. शांतपणे आपली साधना चालू ठेवावी.

या लोकांचं हे चुकलं होतं, की पंढरीत येऊन विठ्ठलनामात रंगून जाण्याऐवजी ते बापूनाची निंदा करीत बसले, म्हणून महाराजांनी त्यांना विठ्ठलरूपात दर्शन दिलं नाही. बापूनांनी शांतपणे सगळं पचवलं आणि ते प्रार्थनेत स्थिर राहिले, म्हणून त्यांना दर्शन झालं.

पंढरपूरची ही वारी पाटील मंडळींना नवी नव्हती. ते महाराजांना घेऊन या वारीला येत असत. एकदा एका वारीला मात्र पंढरपुरात कॉलऱ्याची लागण झाली. पावसाळ्यात आधीच पाणी दूषित असतं. त्यात वारकऱ्यांची एवढी गर्दी! त्या वर्षी कॉलऱ्याची साथ इतकी गंभीर होती, की माणसं पटापट मरू लागली. पोलीस घराघरांतून प्रेतं बाहेर काढत होते. माणसांना घरांतून ओढून गाड्यांमध्ये बसवून कुर्डुनाडीला सोडून येत होते.

महाराज आणि त्यांचे जवळचे शिष्य जेव्हा वारी करीत, तेव्हा त्यांच्याबरोबर नव्हे, पण साधारण त्यांच्या सोबतीनं आणखीही काही लोक एकेकटे वारीला येत. विदर्भातील कवठे बहाद्दूर या गावचा एक पंढरी माळी नावाचा वारकरी त्या वर्षी वारीला आला होता आणि विदर्भाचा असल्यामुळे कुकाजी पाटलांच्या वाड्यावर राहिला होता. दुर्दैवानं त्याला कॉलऱ्याची बाधा झाली. आता हा अत्यंत संसर्गजन्य आजार. पंढरीला सारख्या उलट्या आणि ढाळ होत होते. त्यामुळे सगळे पटापट

गाडीत बसून पंढरपूर सोडून घरी सुरक्षित परतायच्या मागे लागलेले. याच्याकडे लक्ष कोण देणार? प्रत्येकाला आपल्या जिवाची भीती!

महाराज म्हणाले, ''अरे, हा आपला बंधू आहे. त्याला घेऊन चला.''

पण सगळे म्हणाले, ''आता हा काही वाचणार नाही. मग बरोबर तरी कशाला न्यायचं याला?''

पण संत म्हणजे करुणासागर! ते असे एकट्याला सोडून बरे जातील? पंढरीजवळ जाऊन ते म्हणाले, ''चल, आपल्या वऱ्हाडात जाऊ.''

त्यानं आपल्या जिवाची आशा सोडलीच होती. तो म्हणाला, ''आता कसचं वऱ्हाड न् काय! आता काही डोळ्यांना घर दिसणार नाही.''

महाराज पुढे आले. त्यांनी त्याचा हात धरला आणि म्हणाले, ''असं काय करतोस, बाप्पा! चल, माझा हात धर.'' असं म्हणून महाराजांनीच त्याचा हात हातात घेतला. महाराज म्हणजे प्राणशक्तीच! तेवढ्यानंच पंढरीचा त्रास बंद झाला. थोडी पावलं टाकण्याइतकी शक्ती मिळाली. महाराजांबरोबर तो विदर्भात घरी पोहोचला. ज्याचा हात संतांनी धरला, त्याला यमाची काय भीती?

महाराजांची कीर्ती ऐकून एक अतिशय कर्मठ ब्राह्मण एकदा शेगावला आला. तो मध्वाचार्यांच्या पंथातले कडक सोवळे-ओवळे पाळणारा होता. शेगावला आल्यावर तो जरा निराशच झाला. ना सोवळेओवळे... ना रीतिरिवाज... त्यात एके दिवशी मठात पाणी आणायच्या वाटेवरच एक काळं कुत्रं मरून पडलं होतं. आता तर त्याला शेगावला आल्याचा पश्चात्तापच झाला. 'कसला ढोंगी हा! हे मूर्ख लोक त्याला योगी म्हणतात' असे विचार त्याच्या मनात येऊ लागले. महाराजांनी ते विचार ओळखले. म्हणाले, ''अहो, तो कुत्रा मरून नाही पडला. जिवंत आहे.''

आधीच वैतागलेला तो ब्राह्मण जरा चिडून म्हणाला, ''काही सांगू नका. प्रहरभर झाला आहे ते कुत्रं मरून! पण कुणीच उचलत नाही.''

महाराज म्हणाले, ''चला, इकडे या माझ्याबरोबर.''

महाराज आणि तो ब्राह्मण सोबत चालू लागले. जाता जाता महाराजांनी त्या कुत्र्याला पाय लावला आणि काय आश्चर्य? तो कुत्रा जिवंत होऊन पळून गेला.

त्या ब्राह्मणाला महाराजांची योग्यता कळली. त्यानं त्यांचे पाय धरले. ''माझा अपराध माफ करा. मी तुमची योग्यता जाणली नाही.'' असं म्हणून क्षमा मागितली. त्याच दिवशी समाराधना केली. साधनेच्या अनेक मार्गापैकी कर्मकांड हाही एक मार्ग आहेच. पण त्या मार्गावरून जाताना साधनेत पुढे पुढे प्रगती व्हायला हवी. सूक्ष्म विचारात जाता यायला हवं. फक्त वरवरच्या कर्मकांडात गुंतण्याला अर्थ नसतो. शिवाय कर्मकांडाखेरीज इतरही मार्गांचा आदर करायचा असतो. हे सगळं शिकून ब्राह्मण परत गेला.

भावदर्शन

माणूस मुळात सहसा सच्चा असतो, ढोंगी नसतो. संतांबद्दल त्याच्या मनात श्रद्धाही असते. पण कुठेतरी खोलवर एखादी वेगळी इच्छा असतेच. ती कधीकधी स्वत:लाही कळत नाही. पण संतांना कळते.

खामगावला काशीनाथ गर्दे नावाचा एक मुलगा होता. त्याच्या घरात ज्ञानाची परंपरा होती. त्याच्या वडिलांनी जीवन्मुक्तीची लक्षणं लिहून ठेवली होती. तो एकदा महाराजांच्या दर्शनाला आला आणि विलक्षण आनंदून गेला. म्हणाला, ''माझ्या वडिलांनी जीवन्मुक्ताची जी लक्षणं सांगितली आहेत, ती सगळी आज मला प्रत्यक्ष पाहायला मिळाली.'' याच भावपूर्ण मन:स्थितीत तो असताना महाराज त्याला म्हणाले, ''तुला जे हवं आहे ते तुला मिळेल. जा, तारवाला तुझी वाट पाहतोय.''

काशिनाथ म्हणाला, ''पण मी तर काहीच मागायला आलो नव्हतो.'' मग त्यानं घरी जाऊन पाहिलं, तर खरोखरच तारवाला त्याची वाट पाहात होता. 'मोर्शी तालुक्यामध्ये तुम्हाला मनसुफीच्या हुद्द्यावर नेमलं आहे.' अशी ती तार होती.

भाऊ कंवर महाराजांचे जवळचे शिष्य! मनात आलं, की ते शेगावला येऊन राहत असत. तिथे त्यांच्या मनाला विलक्षण शांती मिळे. ते स्वतः मोठे वैद्यकीय अधिकारी होते. त्यांचे वरिष्ठ अधिकारी म्हणजे सिव्हिल सर्जन हा एक ब्रिटिश

माणूस होता. भाऊंचे ते वरिष्ठ असले, तरी भाऊंबरोबर त्यांचे सलोख्याचे संबंध होते. पण भाऊ वरचेवर रजा घेऊन शेगावला जातात हे त्यांना आवडत नसे. ते त्यांना सतत सांगत, की एखाद्या साधूच्या मागे लागून आपलं आयुष्य असं वाया घालवू नका. भाऊ उलट त्यांना महाराजांबद्दल आणखी काही सांगत असत. एके दिवशी तो ब्रिटिश अधिकारी आणि भाऊ दोघे शेगावला आले. महाराज दूर बसले होते. दर्शनाला गर्दी होती. त्यांच्या आणि महाराजांच्या मध्ये अडीचशे फूट तरी अंतर असावं.

भाऊ म्हणाले, ''Sir, There is my Gurudev.''

पण तो ब्रिटिश अधिकारी म्हणाला, ''Oh! He appears to be a mad man.''

भाऊंना अर्थातच राग आला. पण आपल्या वरिष्ठ अधिकाऱ्याबद्दल काय बोलणार? तेवढ्यात महाराजच उठून त्यांच्याजवळ आले आणि त्या इंग्रज अधिकाऱ्याला म्हणाले, ''Your father is a mad man.''

तो अधिकारी चकितच झाला. एकतर अडीचशे फूटांवरून आपलं बोलणं महाराजांना ऐकू कसं आलं? आणि दुसरं आश्चर्य, त्यांना इंग्रजी समजलं! एवढंच नाही तर ते इंग्रजीत बोललेसुद्धा! त्यानंतर पुन्हा त्या अधिकाऱ्यानं महाराजांची निंदा केली नाही.

महाराज स्वतः विदेही वृत्तीचे होते. चैतन्याशी घट्ट बांधलेल्या वृत्ती असल्या, की देहाच्या गोष्टींचं भान राहत नाही. त्यांची तहान, भूक, शारीरिक दुखणी यांच्याकडे भक्तच लक्ष देत. एखाद्या अश्रद्ध व्यक्तीच्या मनात विचार येऊ शकतो, की स्वतःच्या या गोष्टींकडे स्वतः का लक्ष देत नाहीत असे लोक? याचं उत्तर एकच आहे, की त्यांना खरं तर या गोष्टी बाधतच नाहीत. तहान, भूक, वेदना या सगळ्या देहाशी संबंधित गोष्टी आहेत. आपण एखाद्या अत्यंत आवडीच्या कामात मग्न असल्यावर आपल्याला तहान-भुकेची जाणीव होत नाही, तसंच. आपली जाणीव जिथे असते, त्या ठिकाणी आपण असतो. आवडीचं काम करताना आपली पूर्ण जाणीव आपण तिथे केंद्रित केली असल्यानं देहाच्या इतर जाणिवा आपल्याला होत

नाहीत. संतांची पूर्ण जाणीव सत्-चित्-आनंदाच्या ठिकाणी असते. त्यामुळे त्यांना देहाच्या जाणिवा नसतात. पण त्यांच्या या गोष्टींची काळजी शिष्य घेतात, कारण या सेवेमुळे आपल्या गुरूंच्या पुण्याईचा थोडा वाटा त्यांना आपोआप मिळतो. अर्थात खऱ्या शिष्यांच्या मनात तर कोणत्याच प्राप्तीचा विचार नसतो. त्याचं सद्गुरूवर असणारं प्रेम त्याच्याकडून गुरुसेवा करवून घेतं.

एकदा महाराजांच्या पाठीला कमरेच्या वर एक फोड आला होता आणि तो वाढत वाढत जाऊन दुखत होता. दुसऱ्याचे आजार बरे करणाऱ्या संतांना स्वतःला आजार का होतात? हा एक प्रश्न येतोच. पण याचं एक कारण असंही आहे, की ते दुसऱ्याचं प्रारब्ध स्वतःकडे घेऊन भोगत असतात.

तर महाराजांना झालेल्या फोडामुळे त्यांना वेदना होत होत्या, पण ते त्याच्याकडे पूर्ण दुर्लक्ष करीत होते. सगळे शिष्य त्यांच्यावर काही उपचार व्हावेत म्हणून प्रयत्न करीत होते. पण महाराज बोलण्यात कडक! ठरावीकच लोक त्यांच्याजवळ जाऊ शकत. डॉ. भाऊ कंवर हे त्यांपैकी एक. त्यांनी महाराजांचा तो मोठा फोड बघितला. फोडाची आता चांगली गाठ झाली होती.

''याचं तर ऑपरेशन करायला हवं.'' भाऊ म्हणाले.

''महाराज याला कदापि तयार होणार नाहीत.'' बाळाभाऊ म्हणाले.

''तरी हे ऑपरेशन करणं अत्यंत गरजेचं आहे. असं करू या, महाराजांशी हे काही बोलूच नका. मी सगळी तयार करतो. मग महाराज नाही म्हणणार नाहीत.''

असं म्हणून त्यांनी ऑपरेशनची सगळी साधनं घेतली. त्यांच्या निर्जंतुकीकरणासाठी ती गरम पाण्यात उकळून घ्यायची होती. भाऊंनी गरम पाणी करायला ठेवलं आणि महाराज मठातून बाहेर पडले. नागफणीच्या वनात गेले. तिथल्या काट्यांमध्ये आपली पाठ घासली आणि परत आले. भाऊंना म्हणाले, ''ऑपरेशन करायचं म्हणतोस ना, कर आता कशाचं करतोस ते!''

बघितलं तर काय? पाठीवरची गाठ गायब झाली होती. किंचितशा जखमेची खूण सोडली; तर काहीच नव्हतं तिथे!

वैद्यकीय ज्ञानाच्या पलीकडेही काही आहे. अतर्क्य, अगम्य...

नागपूरच्या सीताबर्डीमध्ये गोपाळराव बुटी नावाचे धनाढ्य गृहस्थ होते. त्यांना 'विदर्भातले कुबेर' मानलं जाई. गोपाळराव मनानं भक्त होते, आचारानं धार्मिक होते, वृत्तीनं दानी होते. सज्जन आणि चांगलं कुटुंब होतं त्यांचं! पण कधीकधी नुसतं चांगलं असून चालत नाही. एक समज लागते माणसाला. संत हे संपूर्ण जगाला माणूसपणापेक्षाही एक पायरी वर नेण्यासाठी जन्मलेले असतात. लहान-थोर, गरीब-श्रीमंत सारे त्यांच्यासाठी सारखेच. त्यांचं कार्य जनसामान्यांचा उद्धार आणि तळागाळापर्यंत ज्ञानाचा प्रसार हे असतं. ते वैभवात रमत नाहीत किंवा चार ठरावीक लोकांमध्ये राहून भजन, पूजन, कीर्तन यांत रमत नाहीत. गोपाळरावांच्या हे लक्षात नाही आलं.

गोपाळराव महाराजांना काही काळापुरते म्हणून आपल्या घरी घेऊन गेले. ब्राह्मणभोजन, कीर्तन-प्रवचनं, कधी भगवद्गीता तर कधी उपनिषदांवरची चर्चा अशा गोष्टींमध्ये महाराजांचा वेळ जाईल, अशी व्यवस्था गोपाळरावांनी केली होती. एकूण सगळंच वातावरण संतमहात्म्यांना आवडेल असं होतं. त्यामुळे महाराजांना इथे आवडेल असा त्यांचा दृष्टिकोन होता. पण संत केवळ अशा आवडणाऱ्या वातावरणात आनंदानं वेळ घालवण्यासाठी जगात येत नाहीत, तर कार्य करण्यासाठी येतात, वाट चुकलेल्या माणसांना योग्य मार्गावर आणण्यासाठी येतात, हे त्यांनी विचारात घेतलं नाही. त्यामुळे महाराजांना तिथे अक्षरशः बांधून घातल्यासारखं झालं.

इकडे शेगावचे लोक अस्वस्थ झाले. महाराजांविना शेगाव म्हणजे चैतन्याविना शरीर! कृष्णाविना गोकुळ! काही लोकांचा महाराजांच्या नित्यदर्शनाचा नेम होता. त्यांची पंचाईत झाली. काही लोक नागपूरला गोपाळराव बुटींच्या वाड्यात जाऊनही आले. पण गोपाळराव म्हणजे मोठे प्रस्थ! त्यांच्यासमोर बोलण्याची कुणाची हिंमत होईना.

हळूहळू गोपाळरावांनी शेगावच्या लोकांना महाराजांच्या दर्शनाला येण्याची बंदीच केली.

महाराज गोपाळरावांना सांगत होते, ''मला आता शेगावला जाऊ दे. तू बाकी कुणालाही अडवशील, पण माझा हरी आला ना, तर तो बळाच्या जोरावर मला घेऊन जाईल.'' हरी म्हणजे हरी पाटील.

आणि खरंच तसं झालं. शेवटी हरी पाटील काही भक्तमंडळींना घेऊन

नागपूरला आले. बुटींच्या वाड्यात शेगावच्या मंडळींना अडवलं गेलं. पण ते हरी पाटील होते! ते शिपायांना थोडंच विचारणार! ते सरळ वाड्यात घुसले.

इकडे वाड्यात जेवणाची पंगत चालू होणार होती. त्या पंगतीचा थाट काय वर्णावा! सुंदर शिसवी पाटांवर पितळी फुलांची नक्षी होती. समोर चांदीची ताटं, चांदीच्या वाट्या होत्या. समया उजळलेल्या, उदबत्त्यांचा सुगंध पसरलेला होता. ताटांमध्ये पंचपक्वान्नांचा थाट होता. जेवण चालू होण्याआधीच हरी पाटील तिथे घुसले. त्यांना बघताच महाराज पाटावरून उठले आणि गाईनं धावत वासराकडे धाव घ्यावी तसे ते त्यांच्याकडे धावले. त्यांना घट्ट मिठी मारली.

गोपाळरावांना कळून चुकलं, आता महाराज इथे राहणार नाहीत. पण त्यांनी असं जेवणाच्या ताटावरून उठून जाऊ नये, असं त्यांना वाटत होतं. महाराजही तसे अन्नाचा अपमान करून कसे जातील? शेगावच्या भक्तांना सोबत घेऊन व्यवस्थित जेवणं झाली. आलेली सगळी मंडळी, नागपुरातले लोक, ब्रह्मवृंद जेवून तृप्त झाले आणि मग हरी पाटील महाराजांना घेऊन निघाले. जाण्यापूर्वी गोपाळरावांच्या धर्मपत्नीनं महाराजांच्या पायावर डोकं ठेवलं. म्हणाली, ''यात माझ्या अंतरीची प्रार्थना तशीच राहिली महाराज.''

महाराजांनी तिच्या कपाळावर कुंकू लावलं. डोक्यावर आशीर्वादाचा हात ठेवला. म्हणाले, ''बाई, तुला अजून एक सद्गुणी, सुशील पुत्र होईल. तू तुझ्या इच्छेप्रमाणे सौभाग्यासह वैकुंठी जाशील.''

महाराज गोपाळरावांच्या वाड्यावरून निघाले आणि श्रीमंत रघुजीराजे भोसले यांच्या वाड्यावर उतरले. तिथे दोन-तीन दिवस मुक्काम झाला आणि त्यांनी रामटेकला शंकरबुवांना भेटायची इच्छा व्यक्त केली. शंकरबुवांबद्दल फारशी माहिती उपलब्ध नाही. पण ते रामभक्त संन्यासी होते. राममंदिरातच राहत. तिथला परिसर झाडून स्वच्छ ठेवत. श्रीरामांचं सगुण दर्शन आपल्याला व्हावं अशी त्यांची इच्छा होती.

महाराजांना रामटेकला घेऊन जाण्याची व्यवस्था गोपाळराव बुटी, त्यांचे व्याही बापूसाहेब लाखे यांनी केली. रेल्वेचा प्रवास झाला. गडावर जाण्यासाठी पालखीची तयारी होती. पालखीच्या मागे स्वतः बुटी, लाखे व इतर भक्तमंडळी

चालत होती. गडावर आल्यावर महाराज खाली उतरले आणि चालत जाऊ लागले. शंकरबुवा नेहमीप्रमाणे मंदिर झाडत होते. त्यांनी पाहिलं, समोरून साक्षात प्रभू रामचंद्र येत आहेत. सावळ्या शरीरयष्टीवर शोभणारं भरजरी पीतांबर, कंकण, अंगठ्या, बाजुबंद, छातीवर रुळणाऱ्या माळा, मस्तकी मुकुट, कपाळावर तिलक, मानवेर रुळणारे काळे कुरळे केस... या सगळ्यावर मात करणारं ते दैवी अलौकिक हास्य... प्रेमळ, शांत मुखचंद्रमा...

शंकरबुवांनी झाडू टाकला. धावतच ते महाराजांच्या – म्हणजे त्यांना दिसणाऱ्या रामचंद्रांच्या पायावर कोसळणार, तोच महाराजांनी त्यांना छातीशी धरलं. शंकरबुवा स्फुंदत म्हणाले, ''प्रभू, किती उशीर केलात...''

''अरे, तुझ्याचसाठी इथवर आलो ना मी!'' महाराज म्हणाले.

हे दृश्य बघणाऱ्यांचेही डोळे ओले झाले.

दर्शनाचा हा अनुपम्य सोहळा पाहिल्यानंतर सारे खाली उतरले. बापूसाहेब लाखेंच्या वाड्यात विश्रांती घेऊन सगळे शेगावला परतले. शेगाव चैतन्यानं भरून गेलं. मंदिरात देव परतले.

शेगावमध्ये आल्यावर महाराजांना आणखी दोन संत भेटून गेले. एक धार कल्याणचे सद्गुरू श्री रंगनाथ महाराज. यांचं मराठवाड्यात खूप मोठं कार्य होतं. हे दोन्ही संत एकमेकांना भेटल्यानंतर ते काय बोलले, हे समजणं कठीण आहे. या संतांची पातळी वेगळीच असते. त्यांचं बोलणं समजणं सामान्य माणसांना शक्य नाही.

नंतर वासुदेवानंद सरस्वती गजानन महाराजांना भेटण्यासाठी येणार होते. वासुदेवानंद सरस्वती म्हणजेच 'टेंब्येस्वामी' या नावानं दत्त संप्रदायात परिचित असलेले महान दत्तावतारी! महाराजांनी शिष्यांना सांगितलं, ''उद्या मठ अगदी स्वच्छ झाडून ठेवा. वाटेत एवढासाही केरकचरा नको. माझा हा भाऊ मोठा कर्मठ आहे बरं. त्याचे सोवळ्या-ओवळ्याचे नियम कडक आहेत.''

पू. वासुदेवानंद सरस्वती यांचा जन्म कृष्णाकाठी सिंधुदुर्ग जिल्ह्यात माणगावी झाला होता. टेंब्ये हे त्यांचं आडनाव. कऱ्हाडे ब्राह्मण घरात जन्मलेले स्वामी धार्मिक आचार अत्यंत कडकपणे पाळत. पत्नीच्या मृत्यूनंतर त्यांनी संन्यासदीक्षा घेतली.

सकाम साधनेत आणि कर्मकांडात अडकलेल्या दत्तोपासनेला त्यांनी एक ज्ञानाचा, मोक्षाचा आयाम दिला. 'दिगंबरा दिगंबरा श्रीपाद वल्लभ दिगंबरा' हा महामंत्र विश्वाला दिला. पुढे नर्मदाकाठी गरुडेश्वर येथे त्यांनी समाधी घेतली.

हे वासुदेवानंद सरस्वती महाराजांना भेटायला आले, तेव्हा महाराज पलंगावर आरामात बसून चुटक्या वाजवत होते. वासुदेवानंदांना पाहताच चुटक्या थांबल्या. दोघांची दृष्टादृष्ट झाली. लगेचच त्यांनी परत जाण्याची आज्ञा मागितली आणि महाराजांनी होकाराची मान डोलावली.

ना आगतस्वागत, ना गळाभेट, ना बोलणं...

सामान्य माणसाच्या दृष्टीनं हे अगम्यच. पण या दोन संतांमधलं अद्वैत इतकं जबरदस्त असणार, की दृष्टिभेट होताच एकाच्या हृदयातलं गूज दुसऱ्या हृदयात आपोआप गेलं असणार.

या अलौकिक भेटीचा सोहळा पाहण्याचं भाग्य बाळाभाऊंना लाभलं. त्यांनी महाराजांना विचारलं, "तुमचा आणि त्यांचा मार्ग अगदी वेगळा आहे. तरी तुम्ही त्यांचे बंधू कसे?"

हा प्रश्न विलक्षण महत्त्वाचा आहे. श्री गजानन महाराजांच्या संपूर्ण चरित्रात महाराज कुठेही सविस्तर बोललेले नाहीत. त्यांनी कुठे प्रवचन दिलेलं नाही. जे सांगायचं, ते कृतीतून सांगितलं. फक्त एका या प्रश्नाचं उत्तर देताना महाराज सविस्तर बोलले आहेत. जशी अर्जुनाच्या निमित्तानं भगवान श्रीकृष्णांनी संपूर्ण जगाला श्रीभगवद्गीता सांगितली, तसंच बाळाभाऊंच्या या प्रश्नाच्या निमित्तानं महाराजांनी सर्वांनाच ईश्वराकडे जाणाऱ्या विविध मार्गांबद्दल सांगितले आहे. हा उपदेश अत्यंत महत्त्वाचा आहे.

बाळाभाऊंच्या प्रश्नावर महाराज उत्तरले –

"बरं का बाळाभाऊ, ईश्वराकडे जाण्याचे मार्ग अनेक आहेत. त्यात कर्ममार्ग, भक्तिमार्ग आणि योगमार्ग हे तीन महत्त्वाचे आहेत. सोवळ्या-ओवळ्याचे नियम पाळणं, व्रत-अनुष्ठानं करणं हा झाला कर्ममार्ग. यात थोडीही चूक होऊन चालत नाही. नाहीतर या मार्गाचं फळ मिळत नाही. काटेकोरपणे हा मार्ग आचरणात आणावा लागतो."

"महाराज, वासुदेवानंद सरस्वतींचा मार्ग हाच आहे ना?"

"हो, महर्षी वसिष्ठ, वामदेव मुनी, शांडिल्य मुनी हे सगळे कर्ममार्गी. पण बरं

का, यामध्ये एक पथ्य पाळावं लागतं. आपण खूप श्रेष्ठ म्हणून इतरांना दुरुत्तरं करू नयेत. दुसऱ्याचं मन दुखवू नये.

"ईश्वराचं सतत नामस्मरण करणं, सर्व जीवांमध्ये ईश्वराचा अंश पाहून त्यांच्याप्रति दयाभाव अंगी बाणवणं, क्षमाशीलता, ईश्वराचं पूजन, अर्चन हा झाला भक्तिमार्ग. सगळे याला सोपा म्हणतात, पण तो इतकाही सोपा नाही. त्यासाठी मन अत्यंत शुद्ध लागतं. भक्त प्रल्हाद, मारुतीराया, शबरी, महर्षी व्यास हे सर्व भक्तिमार्गी होते.

"आणि तिसरा योगमार्ग. प्राणायाम, आसनं, शरीरांतर्गत नाड्यांची, चक्रांची माहिती असणं, कुंडलिनी जागृत करणं हा योगमार्ग. सर्व नाथपंथी साधू हे योगमार्गी होते.

"लक्षात ठेव, या तिन्ही मार्गांचं फळ एकच आहे. आत्मज्ञानाची प्राप्ती! ती यांपैकी कोणत्याही मार्गाने गेल्यास होते. पण ते ज्ञान प्रेमावाचून असता कामा नये. प्रेमाशिवाय कुठलंही कृत्य करणं, म्हणजे नुसता शीण आहे. मूळ प्रेम महत्त्वाचे.

"जे लोक हे मार्ग चालत आहेत, पण मुक्कामाला पोहोचलेले नाहीत, म्हणजे त्यांना आत्मज्ञान झालेलं नाही. त्यांचेच पंथाभिमानाने वाद होतात. ज्यांना आत्मज्ञान झालंय, त्यांच्या दृष्टीने अवघ्यांचा आत्मा एक आहे. त्यांच्यात तंटे होत नाहीत. त्यांच्या मनात एकमेकांबद्दल द्वैत नसते.

"आम्ही सगळी भावंडंच आहोत. या जगामध्ये लोकांना आत्मज्ञानाची प्राप्ती करून देण्यासाठी इथे आलो आहोत. ज्याला जो मार्ग आवडेल, तो त्याने घ्यावा."

हे सविस्तर विवेचन ऐकून बाळाभाऊ धन्य झाले. त्यांनी मनोमन महाराजांना साष्टांग प्रणिपात केला. डोळ्यांत अश्रू दाटून आले. इतर कुणाही शिष्याला न दिलेलं ज्ञान महाराजांनी त्यांना दिलं होतं.

पुन्हापुन्हा अवतरती!

आला विठ्ठलाचा सांगावा

महाराजांच्या प्रत्येक वाक्याला वेदवाक्याचं मोल होतं. साळूबाई नावाची एक स्त्री होती. तिचं माहेर गडगंज होतं. मठात येणाऱ्या-जाणाऱ्या लोकांसाठी रोज स्वयंपाक करण्यासाठी तिला महाराजांनी सांगितलं. हीच तिची गुरूसेवा असेल असं त्यांनी सांगितलं. ती जन्मभर मठात स्वयंपाक करीत राहिली. महाराजांच्या समाधीनंतरही ती मठात सेवा करीतच होती.

खामगावजवळ जलंब नावाचं गाव आहे. तिथे तुळशीराम नावाचा ब्राह्मण गृहस्थ होता. आत्माराम हा त्याचा मुलगा काशीमध्ये राहून वेदविद्या शिकून आला होता. तो अत्यंत सात्त्विक आणि ज्ञाननिष्ठ होता. रोज गंगेमध्ये स्नानसंध्या करणं, वेदाभ्यास करणं आणि माधुकरी मागून उदरभरण करणं हा त्याचा काशीमधला परिपाठ होता. काशीमध्ये वेदाभ्यास केलेला विद्वान म्हणजे आजच्या भाषेत परदेशातून उच्चविद्याविभूषित होऊन आलेला मुलगा. खरं म्हणजे अशा लोकांना अहंकार असण्याची शक्यता असते. आपल्या पढीक ज्ञानाच्या अहंकारानं कधीकधी खऱ्या वेदनारायणाच्या दर्शनाला, आध्यात्मिक अनुभूतीला हे लोक मुकू शकतात. पण आत्माराम तसा नव्हता. गजानन महाराजांबद्दल कळल्यावर तो त्यांच्या दर्शनाला गेला. त्यानं त्यांच्यासमोर आपली विद्या सादर केली. खूप नम्र भावनेनं तो वेदपठण करीत असताना क्वचित एक-दोन ठिकाणी चुकला, तेव्हा महाराजांनी त्याला दुरुस्त केलं. त्याचा महाराजांविषयी आदर द्विगुणित झाला. तो रोज मठात येऊ लागला. महाराजांच्या समाधीनंतरही त्यांची षोडशोपचारे पूजा करण्यासाठी तो

तिथेच राहिला. आपलं सारं जीवन त्यानं गजानन महाराजांना अर्पण केलं.

बाळापूर जवळच्या मोरगावमध्ये मारुतीपंत पटवाऱ्यांचा मळा होता. त्या मळ्याची राखण करण्यासाठी निमाजी नावाचा गडी ठेवला होता. रोज रात्री तो मळ्याची राखण करी. एकदा मात्र रात्री निमाजीचा चुकून डोळा लागला. तो गाढ झोपून गेला. रात्रीचे दोन प्रहर उलटले. कुंभाराची गाढवं मळ्यात शिरली आणि त्यांनी जोंधळ्याची रास खायला सुरुवात केली.

झोपेत निमाजीला महाराजांची हाक ऐकू आली, ''निमाजी, अरे उठ. गाढवं शिरली ना मळ्यात...''

निमाजी खडबडून जागा झाला. त्यानं गाढवं हाकलली, पण तोवर बरंच नुकसान झालं होतं.

निमाजी खूप इमानी होता. आपल्यामुळे मालकाचं नुकसान झालं याचं त्याला खूप दुःख झालं. सकाळी तो मारुतीपंतांकडे आला आणि चूक कबूल करून म्हणाला, ''मालक, जरा मळ्याकडे चला की, किती नुकसान झालंय ते पाहू.''

पण मारुतीपंत तेव्हा चालले होते शेगावला. एखादा अतिशय व्यवहारी माणूस असता, तर आधी मळ्यात धावला असता. नुकसानीचा विचार केला असता, पण मारुतीपंत खरे भक्त होते. त्यांना ऐहिक नुकसानीपेक्षा आध्यात्मिक लाभाची ओढ जास्त होती. ते म्हणाले, ''हे बघ, मला आता एका क्षणाचीही फुरसत नाही. मला जायचंय शेगावला. महाराजांचं दर्शन घेऊन येतो, मग बघू काय नुकसान झालंय ते.''

ते शेगावला मठात आले.

महाराजांसमोर येताच महाराज मारुतीपंतांना म्हणाले, ''मारुतीपंत, काय तुम्ही झोपाळू नोकर ठेवता आणि स्वतःही निवांत झोपता... मळ्याच्या राखणीसाठी मला यावं लागलं ना रात्री!''

मारुतीपंतांना कळलं, की महाराज रात्री आले होते. पण त्यांचा भक्तिभाव विलक्षण होता. ते म्हणाले, ''महाराज, अहो लेकरासाठी आईच सगळा त्रास घेते. लेकरू आईच्या भरवशावर निवांत झोपतं. आईला त्याची सगळी काळजी! तुम्ही सगळ्या ब्रह्मांडाची काळजी घेता. असो, निमाजीला आता कामावरून काढून

टाकतो.''

''नाही, नाही,'' महाराज म्हणाले, ''अरे, निमाजी इमानी नोकर आहे. तो सकाळी आला होता तुला नुकसानीबद्दल सांगायला. चूक कबूल करायला आला होता तो. तूच म्हणालास ना, मला आता वेळ नाही म्हणून. त्याला कामावरून काढू नको.''

महाराजांना वंदन करून मारुतीपंत परतले. नंतर मोजणी झाली, तेव्हा रास नेहमीपेक्षा जास्तच भरली!

खरा साधू कोण, भोंदू साधू कोण हे सामान्य लोकांना पटकन कळत नाही. वरवर अंधश्रद्धा वाटणाऱ्या अनेक गोष्टींमागे ब्रह्मांडाचे नियम असतात. समोरची व्यक्ती खरोखरीच भोंदू आहे आणि तिनं लोकांना लुबाडलं आहे, त्यांच्या श्रद्धेचा फायदा उचलला आहे, याचा सबळ पुरावा नसताना सरसकट सगळ्यांना भोंदू समजू नये. एवढंच नव्हे, तर साधूंच्या कृतीमागचा अर्थ दहा वेळा पारखून घ्यावा. फक्त बुद्धीचा आधार न घेता विवेकाचीही मदत घ्यावी. मगच एखाद्यावर भोंदू असल्याचा आरोप करावा. संतांच्या मागं ईश्वरी शक्ती उभी असते. त्यांना त्रास दिल्यास ते क्षमा करतीलही, पण ईश्वरी शक्ती त्रास देणाऱ्या व्यक्तीला शिक्षा केल्याशिवाय राहत नाही.

महाराज एकदा बाळापूरला गेले होते. बाजारपेठेच्या रस्त्यावरच सुखलाल बन्सीलाल यांच्या दुकानात बैठकीसमोर महाराज स्वानंदात बसले होते. येणारे-जाणारे लोक त्यांना नमस्कार करून जात होते. तिथूनच एक पोलीस जात होता. नारायण असराजी हे त्याचं नाव. महाराजांना दिगंबर अवस्थेत बघून त्याचं उगाचच डोकं फिरलं. मुळात मनात श्रद्धा नाही; त्यात अधिकाराचा माज! त्यानं महाराजांना अद्वातद्वा बोलायला सुरुवात केली. महाराज शांतच होते! त्यांची शांती बघून तो अजूनच भडकला. त्यानं महाराजांना हातातल्या छडीनं मारायला सुरुवात केली. महाराजांच्या अंगावर वळ उमटले. नारायणाला आवरायला स्वतः सुखलाल गेलाच असणार. रस्त्यावरून जाणाऱ्या हुंडीवाला नावाच्या माणसानंही त्याला सावध केलं. ''अरे, साधूपुरुषाला असं मारू नकोस. त्यांचा पाठीराखा ईश्वर असतो. तुझ्या

आयुष्याचा नाश होईल.'' पण नारायणाच्या डोळ्यांवर अधिकाराची पट्टी होती. त्यानं कोणाचं काही ऐकलं नाही आणि महाराजांना मारून आणि अद्वातद्वा बोलून तो निघून गेला. महाराज तरी शांतच होते. देहाच्या पलीकडे गेलेल्या विभूतीला कसल्या वेदना? कसला मान-अपमान?

पण परमेश्वर न्यायी असतो. महाराजांना मारल्याची शिक्षा नारायण असराजीला मिळाली. तो स्वतः आणि त्याचे बरेच आप्तस्वकीय पंधरा दिवसांच्या आत मृत्यू पावले.

गजानन महाराजांसारखे योगिराज भक्तांना संसारसागरातून तरून जाण्यासाठी मदत करायला आलेले असतात. मात्र सामान्य माणसाला संसारसुखाचीच इच्छा असते. एकदा गोंदवलेकर महाराज म्हणाले होते, ''मी इथे सोन्याचं दुकान उघडून बसलो आहे, पण लोक माझ्याकडे चणे-फुटाणेच मागायला येतात.''

अहमदनगर जिल्ह्यातल्या संगमनेरचा हरी जाखडी नावाचा एक ब्राह्मण महाराजांच्या दर्शनाला आला. त्यानं पाहिलं की लोक येत आहेत, नमस्कार करून आशीर्वाद घेऊन जात आहेत. मग त्याच्याही मनात आलं, 'सगळ्यांच्या मनोकामना पूर्ण होत आहेत. माझी एकच इच्छा आहे. मला एखादी कुलीन, पतिव्रता स्त्री पत्नी म्हणून मिळावी. संसार सुखाचा व्हावा. गाठीशी चार पैसे राहावेत.'

महाराज त्यांच्या अंगावर थुंकलेच! म्हणाले, ''अरे, संसाराच्या मायेतून सुटून शाश्वत सुखाचा मार्ग मिळावा यासाठी लोक आमच्याकडे येतात आणि तू संसारसुख मागतो आहेस? इतकी अशाश्वत फालतू इच्छा?''

पण महाराजांचं हृदय पित्याचं होतं. मुलानं खेळण्याचा हट्ट धरल्यावर, 'अरे खेळण्यापेक्षा अभ्यास करावा, पुस्तकं वाचावीत रे' असं वडील म्हणतात. पण मुलाच्या आनंदासाठी त्याला खेळणंही घेऊन देतात. महाराजांनीही तेच केलं. म्हणाले, ''जा, तुला मनासारखी पत्नी मिळेल. पुत्र-पौत्र होतील. सुखानं संसार कर. पण लक्षात ठेव; संसार करताना देवाला विसरू नकोस. त्याचं सदैव स्मरण ठेव.'' असं म्हणून थोडं प्रसाद-धन देऊन त्याला पाठवलं. संतांच्या दारातून कुणी विन्मुख जात नाही.

रामचंद्र निमोणकर नावाचे योगाभ्यासाचा अभ्यास करणारे, त्या विषयामध्ये स्वारस्य असणारे एक गृहस्थ होते. इगतपुरीजवळ मुक्ता नदीवर कपिलधारा तीर्थ आहे. अत्यंत निसर्गसंपन्न स्थळ. तिथे स्नान करून ते योगाभ्यास करीत असत. यामध्ये आपली पुढे प्रगती व्हावी अशी त्यांची इच्छा होती. अनेक योग्यांना, साधू-संन्याशांना त्यांनी विचारलं होतं. पण त्यांना योगाची शिकवण द्यायला कोणी मिळालं नव्हतं.

तेवढ्यात त्यांना जवळच एक योगी ध्यान लावून बसलेला दिसला. आजानुबाहू दिगंबर मूर्ती, नासिकाग्री स्थिर झालेली दृष्टी. हे आपल्याला नक्की मार्गदर्शन करतील म्हणून ते वाट पाहत राहिले. संध्याकाळ झाली. पोटात अन्नाचा कण नव्हता. शेवटी संध्याकाळी महाराजांनी डोळे उघडले. त्यांनी एक षोडशाक्षरी मंत्र लिहून दिला. 'याचा निरंतर जप कर, ब्रह्मचर्य सांभाळून योगाचा नेटानं सराव कर. तुला योग हळूहळू जमू लागेल. पण लक्षात ठेव, हा सगळ्यात कठीण मार्ग आहे. हा घे माझा प्रसाद', असं म्हणून एक तांबडा खडा महाराजांनी निमोणकरांना दिला. खडा म्हणजे एक गुळगुळीत छोटा दगड. निमोणकरांनी तो घेऊन योगाभ्यास सुरू केला खरा, पण त्यांच्या मनात प्रश्न होता, 'हे कोण होते? त्यांचं नाव, गाव काय?' पुढे अचानक नाशिकला गोदातीरी त्यांना महाराज दिसले. ते धावतच गेले. महाराजांना नमस्कार केला. म्हणाले, ''तुम्हाला मला शिकवायचा कंटाळा आला का? नाव-गाव न सांगताच तुम्ही निघून गेलात.''

''अरे, खडा देऊन तुला नाव सांगितलं ना मी! नर्मदेतला लाल गोटा. गणपती... गजानन माझं नाव. मी शेगावला असतो. चल, धुमाळ सदनापर्यंत माझ्याबरोबर ये.''

'माझ्याबरोबर ये' असं महाराज म्हणाले खरे, पण रस्त्यातच गुप्त झाले. शेवटी त्यांना शोधून थकलेले निमोणकर धुमाळांच्या घरी आले. तर तिथे महाराज बसलेले दिसले. त्यांना वंदन करून धुमाळांना त्यांनी सगळी हकिकत सांगितली.

धुमाळ म्हणाले, ''आत तो खडा म्हणजे साक्षात गजानन मानून त्याच्यासमोर योगाभ्यास करा.''

निमोणकरांनी तसंच करून योग साध्य करून घेतला.

नवस केला, तर तो चुकवू नये, ही महाराजांची शिकवण होती. तसाच आणखी एक अनुभव! तुकाराम कोकाटे नावाचा एक माणूस होता. त्याची संतती टिकेना. त्यानं महाराजांना नवस केला. 'माझी संतती टिकू दे. पहिलं मूल तुम्हाला अर्पण करेन.' त्याला पुढे चार-पाच मुलं झाली. नीट जगली. पण तो नवस विसरला. एकदा त्याच्या पहिल्या मुलाला, नारायणाला कसलीशी व्याधी जडली. अनेक औषधोपचार केले, तरी उतार पडेना. मग अचानक तुकारामाला आपल्या नवसाची आठवण आली. त्यानं नारायणाला महाराजांच्या पायावर घातलं. हळूहळू त्याच्या शरीरात धुगधुगी आली. नारायण पुढे कायमचा मठातच राहिला.

आषाढाचा महिना विठ्ठलाचा सांगावा घेऊन आला होता. महाराज हरी पाटलांबरोबर पंढरीला गेले. पांडुरंगाला नमस्कार करून मनातच म्हणाले, 'या देहाकडून जेवढी सेवा व्हायची होती, ती झाली. अवतारकार्य संपलं. आता देह सोडण्याची, परत येण्याची आज्ञा व्हावी. भाद्रपदात देह सोडावा असा विचार आहे.' त्यांच्या डोळ्यांत अश्रू आले.

महाराज स्वतः परब्रह्मस्वरूप. देहभावात ते कधी नव्हतेच. तरी देह सोडण्याची परवानगी मागताना त्यांच्या डोळ्यांत अश्रू का यावेत? या अश्रूंचा अर्थ कळणं तुम्हा आम्हाला शक्य नाही. कदाचित हे आनंदाश्रू असतील, की आता पुन्हा मूळ स्वरूपात, शुभंकर शांतीत विलीन व्हायचं... कदाचित हे कृतार्थतेचे अश्रू असावेत, की देहधारणेचं सार्थक झालं. कदाचित एक खेळ मांडला होता, तो आता संपला... खेळातली भूमिका संपली याची ती हुरहुर असावी... आपण फक्त अशा कल्पनाच करू शकतो.

हरी पाटलांनाही कळेना, पहिल्यांदाच त्यांनी महाराजांच्या डोळ्यांत अश्रू पाहिले. आत्तापर्यंत सगळ्यांना महाराजांनी फक्त धीर दिला... आपलंच काही चुकलं तर नाही? त्यानं महाराजांना विचारलं, ''महाराज, माझं काही चुकलं का?

डोळ्यांत पाणी का आणलंत?''

''तुला कळणार नाही रे हरी... फार गहन विषय आहे तो,'' महाराज म्हणाले. हे आपल्यासाठीही खरं आहे. देहातीत विभूतींना देह सोडताना काय वाटतं, ते आपल्याला कळूच शकणार नाही. महाराजांनी नंतर हरी पाटलांना थोडी कल्पना दिली.

''आता आपली संगत थोडी राहिली. चल आता शेगावला जाऊ.''

थोड्या वेळानं म्हणाले, ''तुमच्या पाटील वंशाला काही कमी पडणार नाही.''

पण हरी पाटलांचं त्याकडे लक्ष नव्हतं. संगत थोडी राहिली, असं महाराज का म्हणाले, ही चिंता काही त्यांच्या मनातून जाईना. या चिंतेतच शेगावला पंढरीच्या यात्रेचं मांवदं झालं.

दिवस जात होते. आषाढ सरला. श्रावण आला. सणावारांचे दिवस. महाराज हळूहळू क्षीण होत चालले होते. पण चेहऱ्यावर मात्र प्रसन्नता होती. शांतता होती. भाऊ कंवर यांची नियुक्ती वर्ध्याला झाली होती. तिथून ते सारख्या रजा काढून शेगावला येत होते. महाराजांची तब्येत सुधारत नाही, तोवर मठातच राहणार या निश्चयानं ते आले होते. महाराजांना हे कळल्यावर त्यांनी योगबलाचा प्रताप दाखवला. त्यांचा थकवा अचानक गेला. ताप यायचा तो बंद झाला. महाराज बरे झाल्यानं भाऊ कंवर समाधानानं वर्ध्याला परतले. त्यांना कुठे माहीत होतं, की त्यांनी त्यांची नोकरी नीट करावी म्हणून महाराजांनीच हे केलं होतं. पण तात्पुरती तेजाळलेली देहाच्या शक्तीची ज्योत भाऊ परत गेल्यावर पुन्हा क्षीण होऊ लागली.

श्रावण सरला. भाद्रपदात घरोघरी गणपती आले. गणेश चतुर्थीचा दिवस. महाराजांनी सगळ्यांना मठात बोलावलं. हरी पाटील, मार्तंड पाटील, बापूना काळे, श्रीपादराव कुलकर्णी सगळे मठात आले. बाळाभाऊ मठात होतेच. महाराज म्हणाले, ''गणेश पुराणात लिहिलंय, गणेश चतुर्थीला पार्थिव गणपतीचं पूजन करावं आणि ऋषिपंचमीला पार्थिव गजाननाची बोळवण करावी.''

स्वतःकडे हात करून म्हणाले, ''आता या गजाननाच्याही पार्थिव मूर्तीची बोळवण करायची वेळ आली आहे. उद्या आमच्या पार्थिव मूर्तीचंही विसर्जन करायचं आहे.''

हे ऐकून सगळेच कासावीस झाले. कोणाच्या तोंडातून शब्द फुटेना. हात थरथरत जोडले गेले आणि डोळ्यांतून पाणी वाहू लागले. सगळ्यांचा भाव एकच

होता. 'महाराज, असं बोलू नका... असं आम्हाला अनाथ करून जाऊ नका...' महाराजांनी हा भाव ओळखला. आई लेकराची मिठी सोडवून दूर जाऊ पाहते, तेव्हा लेकरू रडतंच. आईलाही त्रास होतो. या भक्तमेळ्यातून उठून जाताना महाराजांना वाईट वाटलं असेल का?

नसेल कदाचित. कारण देह नसला, तरी मनानं ते कायमच या भक्तांबरोबर असणार होते. त्यांच्या लेकरांना ठेच लागली, तर त्यांचा हात पुढे येणारच होता आधाराला. त्यांनी भक्तांनाही तेच सांगितलं, "मी गेलो असं मानू नका. आम्ही इथेच असू. तुमचा सांभाळ सदैव करू. तुमचा विसर आम्हाला कधीच पडणार नाही. तुम्ही भक्तीत अंतर पाडू नका."

हे ऐकल्यावर तर ऐकणाऱ्यांना हुंदके फुटले. तेव्हा महाराज पुन्हा म्हणाले, "अरे, असं दुःख करू नका. गीतेत म्हटलं आहे ना, देहाचं वस्त्र जीर्ण झालं, की ते टाकून आत्मा नवीन वस्त्र धारण करतो. तसंच आहे हे."

त्यांनी बाळाभाऊंना हाताला धरलं आणि आपल्या आसनावर बसवलं. आपला उत्तराधिकारी म्हणून त्यांना नियुक्त केलं. गणेशचतुर्थीचा दिवस महाराजांनी आनंदात आणि बाकीच्यांनी हुरहुरत काढला. ऋषिपंचमीचा दिवस उजाडला. गुरुवार होता. दिवस प्रहरभर वरती आला. महाराजांनी प्राण रोधला. 'जय गजानन' असा उच्चार केला आणि ते सच्चिदानंदात लीन झाले. देहाचं चलनवलन पूर्ण थांबलं. तो दिवस होता ८ सप्टेंबर १९१०!

शेगावात आणि बाहेर सर्वत्र ही बातमी वाऱ्यासारखी पसरली. संपूर्ण शेगाव शोकसागरात बुडून गेलं. लोक धावत, पळत, रडत, आक्रोश करीत मठात येऊ लागले. आता पुन्हा ही मूर्ती दिसणार नाही, म्हणून लोक गर्दी करत होते. महाराजांचे दूर राहणारेही अनेक भक्त होते. त्यांनाही महाराजांचं अंतिम दर्शन घेण्याची इच्छा होती. मठातल्या लोकांसमोर संकट उभं राहिलं. सगळ्यांना दर्शन मिळाल्याशिवाय देहाला समाधी कशी द्यायची? बरं, लोक लांबलांबहून येणार, मग ठेवायचं तरी किती वेळ?

तेव्हा डोणगावचे गोविंदशास्त्री नावाचे एक विद्वान होते. ते म्हणाले, "त्यांच्या आवडत्या शिष्यांना ते नक्की दर्शन देतील. तोपर्यंत प्राण मस्तकी ठेवतील. हवं तर मस्तकावर लोणी ठेवून बघा." खरोखरीच ते लोणी वितळू लागलं. बाकी शरीर थंडगार, काष्ठवत होतं. पण प्राण मस्तकी रोधला होता. हे योगशास्त्राचं बळ!

ऋषिपंचमीला शेगावात मोठी यात्राच भरली. सुवासिनींनी रस्त्यावर सडे घातले. रंगीत रांगोळ्या काढल्या. घरोघरी दीप चेतवले. मठ तर जणू दीपोत्सव साजरा करीत होता. भजनी दिंड्या आल्या. गजानन महाराजांच्या नामघोषाने आणि भजन-अभंगांनी आसमंत दुमदुमून गेला. रथ तयार झाला. महाराजांना रथात ठेवून मिरवणूक निघाली. दिवस दुःखाचा होता, पण पुण्यपुरुषाची समाधी घेण्याचा दिवस मोठा आनंदाचा, पुण्यग्रह मानला जातो. हे जिवाचं शिवाशी मीलन! सत्य, ज्ञान, आनंदाशी... सच्चिदानंदाशी एकरूप होणं! म्हणून संतांच्या जन्मदिनापेक्षा पुण्यतिथी अधिक महत्त्वाची मानतात.

लोकांनी रथावर फुलं, तुळशी, गुलाल-बुक्का आणि मुठीत येतील तेवढे पैसे उधळले.

मिरवणूक मठात आली. महाराज ज्या जागेवर जाऊन बसले होते, तीच जागा समाधीसाठी ठरवली होती. त्या जागेवर मूर्ती ठेवली. रुद्राभिषेक केला. पूजा झाली. आरती झाली. 'जय स्वामी गजानन' असा मोठा गजर केला आणि जड अंतःकरणांनी शिळा लावून समाधीचं दार बंद केलं. महाराज कायमचे दृष्टीआड झाले.

शेगावात हे सारं घडत असताना शिर्डीमध्ये साईबाबांनी दिवसभर अन्नपाण्याला स्पर्श केला नाही. माझा धाकटा भाऊ गेला, म्हणून आकांत मांडला. परब्रह्माचाच अंश असलेल्या संतांनाही देह धारण केल्यावर ती योगमाया थोडी गुंत्यात अडकवतेच. किंवा कदाचित पुढे लोकांनी आपापल्या गुरूंच्या नावावरून एकमेकांशी भांडू नये, गुरुतत्त्वाचं एकत्व त्यांना कळावं यासाठी हा आंतरिक जिव्हाळा प्रकट होत असेल.

'साधू दिसती वेगळाले, परि ते अंतरी मिळाले' या समर्थ वचनाची ही प्रतीती होती. गजानन महाराजांनी आपल्या काही शिष्यांना 'पुढच्या मार्गदर्शनासाठी आता साईबाबांकडे जा' असं सांगितलं होतं.

गजानन महाराज देहरूपानं गेले. पण ते आजही आहेत. शेगावात तर आहेतच, पण ते स्मर्तृगामी आहे. जिथे त्यांचं स्मरण करू तिथे ते येतात. याचा अनुभव भक्तांना पुन्हापुन्हा येतच राहिला... अजूनही येतो!

समाधीनंतरही अस्तित्वाची प्रचिती

महाराजांच्या समाधीनंतरही महाराजांनी भक्तांना आपल्या अस्तित्वाची प्रचिती दिली होती, याचे अक्षरशः असंख्य प्रसंग सांगता येतील. महाराजांना ज्यांनी समक्ष पाहिलं होतं, महाराज असल्यापासून जे त्यांचे भक्त होते, त्यांना तर महाराजांची प्रचिती येत होतीच; पण आज इतक्या वर्षांनंतरही महाराजांची उपासना करणाऱ्या, मनोमन त्यांना सद्गुरू मानणाऱ्या अनेक लोकांना महाराजांची प्रतीती येत असते.

माधव मार्तंड जोशी हे एक महसूल अधिकारी होते. महाराजांचे परमभक्त! जमिनीची मोजणी करण्यासाठी कळंबकपूर गावी आले होते. दिवसभर काम झालं. कळंबकपूर आणि शेगाव यांमधून एक नदी वाहते. ती पार केली की शेगावचा रस्ता! इतक्या जवळ येऊन महाराजांच्या समाधीचं दर्शन न घेता जाणं जोशींना बरं वाटेना.

भक्तांच्या दृष्टीनं ती फक्त समाधी नाही. तिथे प्रत्यक्ष महाराजच आहेत ही त्यांची भावना. त्यामुळे जोशींनी गाडीवानाला गाडी नदीत घालायला सांगितली. गाडीवानाला म्हणाले, ''चल, आपण शेगावला जाऊन येऊ.'' संध्याकाळची वेळ. आकाश ढगांनी घेरलेलं. धुवांधार पावसाची शक्यता दिसतच होती. गाडीवानानं तसं सांगून जरा सावध केलं. ''आत्ता शेगावला नको जायला.'' पण जोशींना महाराजांपुढे काहीच दिसत नव्हतं. ''चल रे, पावसाच्या आत शेगावला पोहोचू.'' असं ते म्हणाले.

तो बिचारा यावर काय म्हणणार?

गाडीवानानं गाडी नदीत घातली. नदीच्या मध्यावर गाडी आली आणि विजा चमकू लागल्या. गडगडाटासह मुसळधार पाऊस सुरू झाला. नदीचं पाणी अचानक

वाढू लागलं. बघता बघता बैलांच्या पाठीपर्यंत आलं पाणी! गाडीवान म्हणाला, ''साहेब, आता शेगाव विसरा. आपण यातून आता वाचत नाही.''

जोशींना स्वतःची काळजी वाटली नाही, पण गाडीवान नको म्हणत असतानाही आपण आपल्याबरोबर त्याला यायला लावून त्याचे आणि बैलांचेही प्राण धोक्यात घातले, या विचारानं ते कासावीस झाले. मग ते गाडीवानाला म्हणाले, ''तू मागे बस. महाराजांचं स्मरण कर.'' असं सांगून ते स्वतः गाडीवानाच्या जागी बसले आणि त्यांनी कासरा सोडून दिला. म्हणजे मनोमन तो महाराजांच्या हातात दिला. डोळे मिटले, हात जोडले आणि प्रार्थना सुरू केली.

''हे सद्‌गुरुनाथा, तुझ्या दर्शनाची ओढ होती. पण आता सारं तुझ्या हातात आहे. तू तार किंवा मार.''

त्यांच्या मिटल्या डोळ्यांसमोर सद्‌गुरूंची मूर्ती होती. थोड्या वेळानं काहीतरी जाणवलं म्हणून त्यांनी डोळे उघडले. बघतात, तर गाडी नदीतून पार होऊन शेगावच्या रस्त्यावर उभी होती. अर्ध्या रात्री ते मठात पोहोचलेसुद्धा. महाराजांच्या समाधीवर डोकं ठेवून त्यांनी मनसोक्त मन मोकळं केलं. बाळाभाऊंनी त्यांच्या खांद्यावर थोपटलं. आजही महाराजांचं आपल्याकडे लक्ष आहे, या विचारांनी त्यांना केवढा आनंद झाला असेल!

असेच एकदा भाऊ कंवर शेगावला आले होते. खामगावहून त्यांची तेल्हाऱ्याला बदली झाली होती. बायको-मुलांना घेऊन ते शेगावला आले. तिथून गाडी ठरवून तेल्हाऱ्याला जायला निघेपर्यंत संध्याकाळ होऊन गेली. बाळाभाऊ भाऊंना म्हणाले, ''आता आज निघू नका. व्यतिपात योग आहे. प्रसाद घ्या आणि उद्या निघा.''

''पण तेवढा वेळ नाही.''

''तुम्ही प्रसाद घेतल्याशिवाय यापूर्वी कधी गेला नाहीत. आताही जाऊ नये.''

पण भाऊंना जायची घाई होती. त्यांनी बाळाभाऊंनाच समजावलं आणि प्रसाद न घेता निघाले. वाटेत रात्र झाली. किर्रर अंधार झाला. पोटात काही नव्हतं. इतक्यात गाडीवान म्हणाला, ''मालक, रस्ता चुकलेला दिसतोय.''

भाऊंचं डोकं आधीच भणाणलं होतं. ते गाडीवानालाच रागावले, ''अरे, तू

तेल्हाऱ्याचा म्हणून तुला घेतलं. असा कसा रस्ता चुकलास? काय दारू पिऊन गाडी चालवतोस काय?''

''न्हाई मालक, रोज ये-जा करतो मी या रस्त्यावर. कुणालाबी इचारा. माजं बैलबी चुकायचं न्हाईत. कसं कुणा ठावं, आज रस्ता चुकला. समोर तलाव बघून बैल थांबले.''

आता काय करावं भाऊंना काही सुचेना. सोबत बायको, मुलं... रात्रीचा किर्रर्र अंधार. अशा वेळी भाऊंना महाराजच आठवले. त्यांनी प्रार्थना सुरू केली. अचानक कुठूनतरी बैलांच्या गळातल्या घुंगूरमाळांचा आवाज आला. त्या गाडीवानापाशी चौकशी केल्यावर कळलं, ते अजून शेगावच्याच शिवारात होते. मग त्या गाडीमागून जात ते शेगावला मठात परतले. भाऊंनी बाळाभाऊंना सगळी हकीकत सांगितली.

बाळाभाऊ म्हणाले, ''बघा, महाराजांनी तुम्हाला व्यतिपात योगावर आणि प्रसाद घेतल्याशिवाय जाऊ दिलं नाही.''

भाऊंना लक्षात आलं, प्रसादाचा अव्हेर करायचा नसतो आणि दुसरंही लक्षात आलं, की संताच्या समाधिस्थानी, मंदिरामध्ये प्रामाणिकपणे सेवा करणारे लोक हे संतांचे किंवा ईश्वराचे प्रतिनिधी असतात. त्यांची अवज्ञा करू नये.

इथे हे एकदोनच प्रसंग दिलेले आहेत; पण प्रत्यक्षात असे असंख्य प्रसंग घडले, ज्यातून शिष्यांना हा दिलासा मिळाला; की महाराज अजून आपल्याबरोबर आहेत.

महाराजांची समाधी बांधावी असा विचार पुढे येऊ लागला. सगळ्यांनी त्यासाठी वर्गणी काढली. मोठी रक्कम उभी करायची असल्यानं अधिक पैसे लागणार होते. मग त्यासाठी शेगावच्या बाजारात येणाऱ्या शेतकऱ्यांकडूनही कर भरल्यासारखा फक्त एक रुपया घ्यावा असं ठरलं. पंचक्रोशीतले सगळे महाराजांचे भक्तच होते. शिवाय एक रुपया ही रक्कमही अत्यंत कमी होती. त्यामुळे लोकांनी ती अत्यंत आनंदानं दिली.

समाधीचं बांधकाम सुरू झालं. ते बांधतानाही महाराज जणू अदृश्य रूपात सगळ्यांबरोबर होतेच. कळसाचं बांधकाम करताना एका मजुराचा तोल गेला आणि तो खाली पडला. खाली सगळे दगड होते. सगळ्यांना वाटलं आता हा मरणार...

काहीतरी भयंकर आपल्याला बघावं लागणार. प्रत्यक्षात तो अगदी अलगद खाली उतरला. तो म्हणाला, ''मी पडणारच होतो, पण मध्येच माझा कुणीतरी हात धरला आणि मला अलगद खाली उतरवलं.''

हा हात महाराजांशिवाय दुसऱ्या कुणाचा असणार? आता सगळ्यांना त्या मजुराचं कौतुक वाटू लागलं. या संकटाच्या निमित्तानं त्याच्या अंगाला महाराजांचा स्पर्श झाला होता!

समाधीचं बांधकाम सुरू असतानाच रामनवमीचा उत्सव आला. समाधीचे खांब बांधून तयार होते. ते थोडे बाजूला उभे करून ठेवले आणि उत्सवाची तयारी सुरू झाली. कार्यक्रम सुरू झाले.

प्रचंड गर्दी होती. महाराज नसतानाचा हा पहिला उत्सव! लोक त्या निमित्तानं महाराजांच्या स्थानापाशी येऊ इच्छित होते. त्यातच एक बाई आपल्या दोन लहान मुलांसह जयपूरहून आली होती. तिला भूतबाधा झाली होती. जयपूरला तिला दृष्टान्त झाला, 'शेगावला गजानन महाराजांच्या दर्शनाला जा, तुझी भूतबाधा निघून जाईल.' ती दर्शनाला आली खरी, पण उत्सवाची प्रचंड गर्दी! आधीच त्रासलेली ती बाई. गर्दीत तिला घुसमटल्यासारखं झालं. म्हणून गर्दीपासून संरक्षण मिळवायला जरा खांबांच्या आडोशाला ती उभी राहिली. ते खांब काही पक्के रोवून बांधलेले नव्हते. त्यामुळे ती थोडी टेकल्यावर एक खांब तिच्या अंगावरच पडला. सगळेच घाबरले. भर उत्सवात हे काय संकट? बाई बहुतेक गेली असं लोकांना वाटलं. बिचारीची दोन लहान मुलंही होती. तरी लोकांनी तिला बाहेर काढून पटकन एका डॉक्टरीणबाईंकडे नेलं. लोबो आडनावाच्या या ख्रिश्चन डॉक्टरीण बाई होत्या. त्यांनी तिला तपासलं आणि म्हणाल्या, ''हिला तर काहीच झालं नाही. ना बाहेरून जखम आहे, ना मुका मार, ना शरीरांतर्गत कुठं काही झालं आहे.'' बाईच्या छातीवर खूप दिवसांपासून असणारं भयंकर अशुभ दडपण मात्र गेलं होतं. खूप हलकं हलकं वाटत होतं तिला. खांबाचा मार फक्त भुताला लागला होता आणि तिची भूतबाधा निघून गेली होती. अतिशय आनंदानं उत्सव पूर्ण करून आपल्या दोन मुलांसह ती बाई पुन्हा जयपूरला आपल्या घरी परत गेली.

गजानन महाराजांच्या कृपेचे असे प्रसंग लिहावेत तितके थोडे आहेत. हे सारे प्रसंग तर पूर्वी घडून गेले आहेत. पण आजही असे खूप लोक आहेत, ज्यांच्या आयुष्यात गजानन महाराजांच्या कृपेचा अनुभव त्यांनी घेतला आहे. हे

प्रसंग श्रीदासगणू महाराजांनी लिहिलेल्या 'श्री गजानन विजय' या ग्रंथात नाहीत (त्यांच्याबद्दल आपण नंतर बोलणारच आहोत.) पण महाराजांच्या असण्याचा अनुभव घेतलेली माणसं आजही हयात आहेत. ते काही अनुभव बघू या.

श्रीगजानन नमनाष्टक

अथणी या कर्नाटकातील गावात मामलेदार असलेले श्री. गजानन जेरे हे एक अत्यंत धार्मिक, श्रद्धाळू गृहस्थ. घरातलं वातावरण अतिशय धार्मिक, कर्मनिष्ठ. श्रद्धेबरोबरच त्यांच्याकडे विद्वात्ताही होती. मूळ भाषा कन्नड. पण संस्कृत, इंग्लिशवर प्रभुत्व आणि मराठीचंही उत्तम ज्ञान! अनेक ग्रंथांचं त्यांनी कन्नडमध्ये भाषांतर केलं होतं. विशेषतः ज्ञानेश्वरीचं त्यांनी कन्नडमध्ये केलेलं ओवीबद्ध भाषांतर हे त्यांचं काम महत्त्वाचं मानावं लागेल.

गजानन महाराजांबद्दल ऐकल्यानंतर त्यांना दासगणू महाराजांनी लिहिलेल्या 'गजानन विजय' या ग्रंथाचा कन्नड अनुवाद करावासा वाटला. तसा त्यांनी तो सुरूही केला. या ग्रंथात डॉ. भाऊ कंवर यांचा उल्लेख बराच उशिरा, काही प्रकरणं झाल्यावर येतो. ते अजून तिथपर्यंत पोहोचले नव्हते.

एकदा ते कुठेतरी परगावी गेले होते. त्यांच्या पत्नी घरी होत्या. अशा वेळी त्यांच्याकडे एक गृहस्थ आले. 'मी शेगावहून आलोय. तुमच्या यजमानांना एक वस्तू द्यायची आहे,' असं म्हणून गजानन महाराजांची एक तसबीर काढून त्यांनी दिली. जेरेंच्या पत्नीनं ती आदरानं घेतली. अतिथी म्हणून आलेल्या त्या गृहस्थांना पाणी, थोडा अल्पोपाहार दिला.

ते गृहस्थ महाराजांबद्दल बोलत होते. ''महाराज माझे गुरू आहेत. माझ्या पायाला झालेलं गळू त्यांच्या अंगाऱ्यानं, तीर्थानं बरं झालं.'' असं म्हणून त्यांनी पायावरची खूण दाखवली. श्री. जेरे ज्या ग्रंथाचा अनुवाद करत होते, तो मराठी ग्रंथ

त्यांच्या पत्नीनं वाचलेला असण्याची शक्यता कमी होती. जेरेंनीसुद्धा अजून संपूर्ण ग्रंथ वाचलेला नव्हता. अनुवादाच्या कामाला त्यांनी नुकती सुरुवात केली होती. अतिथी जायला निघाल्यावर सौ. जेरेंनी विचारलं, ''कोण आलं होतं म्हणून सांगू यांना? आपलं नाव काय?''

ते म्हणाले, ''डॉ. भाऊ कंवर.''

पुढे लवकरच जेरे पती-पत्नींना शेगावला जाण्याची संधी मिळाली. इथे आलोच आहोत, तर आपल्या घरी आलेल्या डॉ. भाऊ कंवर यांची भेट घ्यावी म्हणून त्यांनी चौकशी केली. लोक आश्चर्यानं त्यांच्याकडे बघू लागले. मग एकानं सांगितलं, ''अहो, डॉ. भाऊ कंवर हे महाराजांच्या काळात होते. त्यांना स्वर्गवासी होऊन बरीच वर्षं झाली.'' तेव्हा जेरेंना कळलं, की आपल्या घरी ती तसबीर प्रत्यक्ष महाराजांनीच पाठवली. अपार श्रद्धेनं त्यांनी महाराजांचं दर्शन घेतलं. डोळ्यांतून भक्तिभावाच्या धारा वाहात होत्या. ते शेगावहून परतले. अनुवादासाठी ग्रंथ हाती घेतला. पण हातातून आधी भराभर लिहिलं गेलं ते एक संस्कृत स्तोत्र! त्यांनी लिहिलं -

श्री गजानन नमनाष्टकम् ॥
गणिगण गणांत गायनं सच्चिदानंद विग्रहं ।
दिगंबरं शांतं, दांतं तं नमामि गजाननम् ॥
जानरावश्च रोगंच हरंतं तीर्थप्राशनम् ।
जाग्रहाद्यवस्थातीतं तं नमामि गजाननम् ॥
नररूपी हरः साक्षात् जगत्कल्याण हेतवे ।
अज अव्ययरूपोयः तं नमामि गजाननम् ॥
नमते मुक्तिदातारम् भवातप निवारकम् ।
त्रिकासज्ञं ज्ञानरविं तं नमामि गजाननम् ॥
महादेवं मायातीतं मानदंभादि वर्जितम् ।
मृत्युंजयं, महात्मानं तं नमामि गजाननम् ॥
हास्यवदनं, गंभीरं, कठोर बहिरंगतः ।
सुकोमलांतः करणं तं नमामि गजाननम् ॥
राजाधिराज सर्वेशं, राजीवलोचनं विभुम् ।
आत्मारामं, चिदानंदं तं नमामि गजाननम् ॥

जरामृत्युविहीनंच जगत्कल्याणकारकं ।
जगदाहि प्रभुं शंभुं तं नमामि गजाननम् ॥
नमनाष्टकमिदं पुण्यं यः पठेत् गुरुसन्निधौ ।
ईप्सितार्थमवाप्नोति अंते मुक्तिफलं लभेत ॥
इति शं ॥

उपासना म्हणून कुणीही नित्यपठणात ठेवावं असं हे स्तोत्र! ती तस्बीर अजूनही आपण पाहू शकतो.

महाराष्ट्रातली एक मराठी मुलगी. तिचा विवाह या जेरे घराण्यातच ठरला. लहानपणापासून ती गजानन महाराजांची भक्त होती. आईवडिलांच्या संस्कारांमुळे 'श्री गजानन विजय' ग्रंथाचं नित्य वाचन करणारी होती. ज्याच्याशी लग्न ठरलं, तो अत्यंत हुशार, कर्तृत्ववान मुलगा. जेरे घराणंही समृद्ध. शिवाय कर्नाटकातले असल्यामुळे रीतीभाती, वातावरण थोडं वेगळं असणार. मुलीचं माहेर खाऊन-पिऊन सुखी असलं, तरी जेरेंएवढं नाही. कुठल्याही मुलीच्या आईवडिलांच्या मनात लग्न नीट पार पडेपर्यंत आणि नंतरही मुलगी सुखात आहे हे कळेपर्यंत थोडी काळजी असतेच. अशा काळजीतच हे कुटुंब माहूरला रेणुकादेवीच्या दर्शनाला गेलं. दर्शन घेऊन गडावरून खाली उतरताना त्यांना एक संन्यासी दिसला. त्यांच्याजवळ जाऊन म्हणाला, ''अरे, मुलीच्या लग्नाची चिंता नको करू. नीट पार पडेल. तिचा संसारही सुखाचा होईल.''

कोण आहेत हे? यांना काय माहीत आपल्या मुलीचं लग्न ठरलंय ते... असा विचार करून ते सगळे बघताहेत, तोवर तो संन्यासी दिसेनासा झाला. मग कुठे त्यांना आठवलं, त्याचा चेहरा गजानन महाराजांसारखा होता!

आणखी एक अशीच घटना! अगदी २०००-२००१मध्ये घडलेली. भिसे नावाचे नाशिक येथे राहाणारे पती-पत्नी. गजानन महाराजांचे विलक्षण भक्त. नाशिकला

इंदिरानगर येथील भागात महाराजांचं मंदिर आहे. सेवानिवृत्तीनंतर नाशिकच्या कॉलेज रोडचा फ्लॅट सोडून मुंबई नाक्याला त्यांनी फ्लॅट घेतला. कारण तेथून महाराजांचं मंदिर जवळ आहे. घराची वास्तुशांत ठरली. पहिलं आमंत्रण इंदिरा नगरच्या गजानन महाराजांच्या मंदिरात जाऊन देऊन आले. मनापासून प्रार्थना केली.

''महाराज, वास्तुशांतीचा कार्यक्रम तुमच्या आशीर्वादाशिवाय पूर्ण होणार नाही. तुम्ही या. वास्तुशांत आणि भोजनाचं हे पहिलं आमंत्रण तुम्हाला.'' खूप मनोभावे प्रार्थना केली. वास्तुशांतीला बोलावलेले सगळे लोक आले. त्यांनी सगळ्यांची प्रेमानं चौकशी केली. आग्रहानं त्यांना वाढलं. समारंभ छान झाला. सगळे गेल्यावर पाहिलं, तर एका स्टुलावर एक ताट जेवून झाल्यासारखं ठेवलं होतं. ते ताट घरातलं नक्कीच नव्हतं. त्यांनी केटररला विचारलं. त्यांच्याकडचंही ते नव्हतं. सौ. भिसे म्हणाल्या, ''ताटावर कुणाचं नाव आहे का बघा.'' मग श्री. भिसेंनी पाहिलं. तर, त्यावर लिहिलं होतं - सं. ग. म. सं. शेगाव ताट क्र. ३०१. म्हणजे 'संत गजानन महाराज संस्थान शेगाव ताट क्र. ३०१'. त्यांच्या लक्षात आलं, प्रत्यक्ष गजानन महाराज आपल्या घरी येऊन खरंच जेवून गेले. पुरावा म्हणून हे ताट ठेवून गेले. त्यांच्या आनंदाला पारावर राहिला नाही. डोळ्यांतून आनंदाश्रू वाहू लागले. बघता बघता ही बातमी कर्णोपकर्णी झाली. त्यांनी शेगावच्या संत गजानन महाराज संस्थानाला फोन केला आणि विचारलं, ''तुमच्याकडे एखादं ताट हरवलं आहे का हो?''

आधी त्यांनी सांगितलं, ''छे! १५०० ताटं आहेत आमच्याकडे. ती सगळी आहेत.'' श्री. पाटील हे संस्थानचे अध्यक्ष. त्यांनी या संस्थानात भक्तिभाव आणि शिस्त याची सांगड घातली आहे. त्यांना विचारलं, ''३०१ क्रमांकाचं ताट आहे का एकदा बघाल का कृपया?'' कुतूहलानं त्यांनी ताटं पुन्हा मोजून घेतली आणि लक्षात आलं, १४९९ ताटं आहेत. ३०१ क्रमांकाचं ताट दिसत नाही. मग भिसेंनी सांगितलं, ''ते तिथे असणारच नाही, कारण ते आमच्याकडे आहे.'' त्यांनी सगळी हकीकत सांगितली. श्री. पाटील कडक शिस्तीचे, कर्मनिष्ठ असले, तरी मूळ पिंड भक्ताचा! दुसऱ्या भक्ताच्या भावनेसाठी त्यांनी ते ताट तिथेच ठेवून दिलं. आजही श्री. भिसे यांच्या घरी ते ताट आहे.

◈

विभूतींचे एकत्व,
सांगते चरित्र

प्रासादिक चरित्रलेखन

महाराजांच्या समाधीनंतरही भक्तांना हे असे अनुभव येतच आहेत. पण मठाचा आणि समाधीचा कारभार नीट चालण्यासाठी काही व्यावहारिक व्यवस्था आवश्यक होती. गजानन महाराज असतानाच गजानन संस्थेचं विश्वस्त मंडळ महाराजांच्या अनुज्ञेनं तयार झालं होतं आणि ते महाराजांच्या अनुमतीनंच काम करीत होतं.

गजानन महाराज संस्थानच्या कार्यकारी मंडळात एकूण बारा सदस्य होते. श्री. ताराचंद सेठ, श्री. रामचंद्र भिवराज, श्री. बंकटलाल भवानिराम, श्री. परशुराम सौंदळे, श्री. गोटू कृष्णाजी पाटील, श्री. केदारमल गोविंदराम, श्री. नथमल श्रीराम, श्री. रावजी नारायण, श्री. परशराम रायभान देशमुख, श्री. भानोजी फकीरा, श्री. बिंदराज श्रीकिसन आणि श्री. हरि कृष्णाजी पाटील हे लोक होते. संस्थानचे पहिले व्यवस्थापक मारुती चंद्रभान पाटील (किंवा गणेश पाटील) हे होते; तर मुख्य सेवाधारी बाळाभाऊ प्रभू होते. (बाळाभाऊ प्रभू यांना तर महाराजांनी स्वतः हात धरून आपल्या गादीवर बसवले होते.) त्यांच्या हाताखाली महाराजांच्या सेवेकरिता दत्तात्रय आबाजा घोडेगावकर, रामप्रसाद दुधाहारी बुवा आणि रामभाऊ पुराणिक यांची नेमणूक केली.

संस्थानचे काही नियम तयार केले. उदाहरणार्थ, महाराजांचं दर्शन दुरून घ्यावं. त्यांच्या पायांना किंवा अंगास स्पर्श करू नये. मन अत्यंत स्वच्छ असलं पाहिजे, हा एक उद्देश यामागे असतो. तसंच, साधारणपणे महापुरुषांना किंवा एखाद्या विग्रहाला स्पर्श न करण्याचा संबंध सोवळं-ओवळं, भेदाभेद यांच्याशी नसतो. आत्यंतिक

साधनेमुळे संतांच्या देहातून आणि विधिपूर्वक नित्यनियमानं केलेल्या पूजनामुळे मूर्तीतून किंवा विग्रहातून तेजस्वी किरण बाहेर पडत असतात. आपल्या सगळ्यांच्याच देहातून काही लहरी बाहेर पडतात. पण आपल्या फारशा परिणामकारक नसतात, महात्म्यांच्या त्या असतात. म्हणून त्यांचं दर्शन दुरून घेण्याचा प्रघात आहे.

दर्शनासाठी येणाऱ्या व्यक्तीनं पाच दिवसांपेक्षा जास्त राहू नये. राहायचं असल्यास मारुतीराव पाटील यांची परवानगी घ्यावी हा दुसरा नियम आहे.

महाराजांपुढे आलेला पैसा सेवाधारी व्यक्तीनं तिजोरीत टाकण्यास सांगावा. त्याला इतर कुणीही हात लावू नये. दर्शनासाठी थांबणाऱ्या लोकांना वेळोवेळी पाणी द्यावं. त्यासाठी माणसं नेमून त्यांना दरमहा पगार द्यावा. (त्या काळी तो दरमहा तीन रुपये होता.) स्त्री-पुरुषांच्या रांगा वेगळ्या असाव्यात. असे काही नियम केले.

महाराजांच्या निर्वाणानंतर त्यांच्या जीवनावर आधारित एका ओवीबद्ध ग्रंथाची रचना व्हावी, असं सर्वांना वाटलं. हे वर्ष होतं १९३९! महाराजांच्या समाधीनंतर २९ वर्षांनी! त्या वेळचे सन्माननीय व्यवस्थापक रामचंद्रराव पाटील आणि इतर प्रतिष्ठित भाविकांनी बरीच कागदपत्रं, महाराजांचे लीलाप्रसंग एकत्र केले आणि संत वाङ्मयाचे गाढे अभ्यासक ह. भ. प. लक्ष्मणराव रामचंद्र पांगारकर यांच्याकडे नाशिकला गेले. त्यांना ही विनंती केली, पण त्यांनी सांगितलं, की मी ओवीबद्ध ग्रंथ नाही लिहू शकत, मी गद्य लिहितो. एरवी याच्याइतकं आनंदाचं काम मी केलंच असतं. त्यांनी पाटील मंडळींना पंढरपूरला असणाऱ्या श्री. दासगणू महाराजांकडे पाठवलं. 'त्यांच्याइतका भक्तिरसानं पूर्ण, प्रासादिक ओवीबद्ध ग्रंथ लिहिणारा सध्या दुसरा कुणी नाही' असं ते म्हणाले.

मंडळी पंढरपूरला गेली. दासगणू महाराज पूजास्थानावर बसून विष्णूसहस्त्रनामाचा पाठ करण्यात मग्न होते. त्यांचे शिष्य श्री. छगनराव बारटक्के यांनी शेगावच्या या लोकांचं स्वागत केलं. बसायला सांगितलं. थोडं पाणी वगैरे देईपर्यंत दासगणू महाराज आलेच. शेगावच्या मंडळींचं येण्याचं प्रयोजन कळल्यावर त्यांनाही आनंदच झाला. शिर्डीमध्ये साईबाबांच्या तोंडून त्यांनी अनेक वेळा महाराजांचं नाव ऐकलं होतंच. एकदा दुरून त्यांचं दर्शनही झालं होतं. त्यामुळे हे काम त्यांनी आनंदानं स्वीकारलं. मात्र त्यांच्या डोळ्याच्या शस्त्रक्रियेसाठी ते पुण्याला जाणार होते. शस्त्रक्रियेनंतर दीड महिना विश्रांती घेऊन मी शेगावी येतो, असं त्यांनी सांगितलं.

पाटील मंडळी शारदेचा सन्मान करणारी. त्यांनी विचारलं, ''आपण या लेखनाचं मानधन किती घ्याल?''

तेव्हा दासगणू महाराज म्हणाले, ''पाटील साहेब, अहो संतचरित्र लिहिणारा मी कोण? माझा पांडुरंग जसं सांगेल, तसं मी लिहिणार. मी कशाचं मानधन घेऊ? मला काही नको. फक्त एकच विनंती, मी गरीब वारकरी आहे. माझा शेगावच्या जाण्यायेण्याचा प्रवास खर्च तेवढा द्यावा.''

''ठीक आहे. आम्ही गेल्याबरोबर चेकनं ही रक्कम पाठवतो.'' अशी सगळी बोलणी झाली.

ठरलेल्या दिवशी दासगणू महाराज सकाळी नऊ वाजता शेगावला पोहोचले. शेगाव संस्थानच्या वतीनं स्वागताची भव्य तयारी केली होती. हजारोंच्या संख्येनं भाविक उपस्थित होते. मृदुंग, वीणा, टाळ वाजत होते. दासगणू महाराजांचं एवढं स्वागत होण्याचं कारण ते फक्त लेखक, कवी नव्हते; तर संतचरित्रं लिहिता लिहिता ते स्वतःच संतपदाला पोहोचले होते. जवळजवळ सगळ्या संतांची ओवीबद्ध चरित्रं त्यांनी लिहिली होती. त्यांनी लिहिलेली स्तोत्रं अनेकांच्या नित्यपठणात होती. आरत्या होत्या. असा माणूस आज गजानन महाराजांच्या चरित्राचा ओवीबद्ध ग्रंथ लिहिण्यासाठी आला होता. हे दैवी प्रतिभेचं, सरस्वतीचं स्वागत होतं. संस्थानचे अनेक अधिकारी आणि गावातली प्रतिष्ठित मंडळी रेल्वेस्टेशनवर आली होती.

त्यांनी हारतुऱ्यांनी सजवून रथ आणला होता. त्या रथात दासगणू महाराजांना बसवून वाजतगाजत मंदिरात नेण्याचा विचार होता. पण दासगणू महाराजांनी त्यांना विनम्रतेनं नकार दिला. ''मी तर या संतांच्या चरणांची धूळ! मला रथात बसण्याचा अधिकार नाही. आपण असं करू, महाराजांची प्रतिमा रथात ठेवू. आपण भजनी दिंड्यांसह रथाच्या पुढे चालत मंदिरात जाऊ.'' यामुळे शेगावच्या लोकांच्या मनात त्यांची प्रतिमा आणखीनच उजळली. सगळे मंदिरात आले.

मंदिराच्या कार्यालयाजवळच्या धर्मशाळेत दासगणू महाराज आणि त्यांचे शिष्य छगनराव बारटक्के यांच्या निवासाची, भोजनाची उत्तम व्यवस्था करण्यात आली होती. पुढे कागदपत्रांचं वाचन झालं. सगळ्या घटना सत्य असल्याची खात्री करून घेण्यात आली.

लेखनाला सुरुवात करण्यापूर्वी दासगणू महाराज गजानन महाराजांच्या चरणी नतमस्तक झाले. त्यांचे अष्टसात्त्विक भाव जागृत झाले आणि डोळ्यांमधून प्रेमाश्रू

वाहू लागले. त्यांच्या मुखातून संतस्तुतीपर कवन आपोआप स्त्रवले :

सतेज दुसरा रवी ।
हरी समान याचे बल ॥
वशिष्ठ सम सर्वदा ।
तदपि चित्त ते निर्मळ ॥
असे असुनिया खरे ।
वरवरी ते अवलिया भासवी ॥
तया गुरू गजाननाप्रति ।
सदा दासगणू वंदितो ॥

या प्रमाणे रोज एक अध्याय असे एकवीस दिवसांत एकवीस अध्याय लिहून झाले. दासगणू महाराज कथन करीत आणि बारटक्के, रतनसा सोनवणे, दिवानजी, उकीडीडी गणगणे हे लिहून घेत. श्रोतेजन ऐकत.

दासगणू महाराजांचा शेगावमध्ये सव्वा महिना मुक्काम होता. त्यांना निरोप देण्याची वेळ आली. संस्थानच्या वतीनं निरोप समारंभ आयोजित केला गेला. लोड, तक्के, बैठकींनी सभामंडप सजला. एका ताटात श्रीफळ, करवतकाठी धोतर, कुडत्याचं कापड, उपरणं, शाल, रेशमी रुमाल, बुक्क्याची वाटी, हळदी-कुंकवाचे पाळे आणि एका बंद पाकिटात मानधनाची रक्कम देण्यात आली.

दासगणू महाराजांनी विचारलं, ''बंद पाकिटात काय आहे?''

पाटील म्हणाले, ''महाराज, आपल्याला आम्ही काही द्यावं, ही आमची योग्यता नाही. फूल ना फुलाची पाकळी म्हणून थोडं मानधन आहे. प्रसाद म्हणून घ्यावं.''

महाराज म्हणाले, ''गजानन महाराजांचा प्रसाद घेतल्याशिवाय मी कसा जाईन? आपण दिलेला रुमाल तुरटीच्या पाण्यात भिजवून महाराजांच्या पायाला लावून मला द्यावा. श्रीफळ आणि तो रुमाल एवढंच मला पुरे आहे. आपण मला महाराजांच्या सेवेची संधी दिलीत, याहून दुसरं भाग्य कोणतं? पाकिटात जे आहे ते संस्थानात जमा करा. इतर वस्तू, ज्यांना गरज आहे त्यांना द्या. तुम्ही मला प्रवासखर्च दिलाच आहे. मी आणखी काय घेऊ?'' बोलता बोलता त्यांचा कंठ दाटून आला. त्यांनी सद्‌गदित होऊन विष्णूसहस्त्रनाम म्हटलं. अत्यंत भावपूर्ण निरोप समारंभ झाला. कृतार्थ तरीही जड अंतःकरणानं त्यांनी एकमेकांचा निरोप घेतला.

आध्यात्मिक ग्रंथ लिहिण्यासाठी लेखनकला, प्रतिभा लागतेच; पण त्याचबरोबर लिहिणारी व्यक्ती निष्ठावान उपासक, साधक असावी लागते. स्वतः साधना करणाऱ्या व्यक्तीनं लिहिलेला ग्रंथ असेल, तर तो प्रासादिक होतो. प्रासादिक याचा अर्थ त्या ग्रंथाच्या पठणानं, पारायणानं वाचकाला आध्यात्मिक लाभ तर मिळतोच, पण ऐहिक मनोकामनाही पूर्ण होतात. दासगणू महाराज स्वतः फक्त साधकच नव्हते; तर संतपदाला पोहोचलेले होते. त्यामुळे त्यांनी लिहिलेला 'श्री गजानन विजय' हा ग्रंथ अनेकांच्या मनोकामना पूर्ण करतो.

शेगाव संस्थानाचे अविरत सेवाकार्य

प. पू. पांडुरंगशास्त्री आठवले म्हणत असत, 'भक्ती ही एक मोठी शक्ती आहे.' त्यांनी आपल्या स्वाध्याय परिवारात तसे प्रयोगही करून दाखवले. उदाहरणार्थ, परिवाराच्या मालकीचं एक शेत असेल, तर ज्यांना शेती येते, अशी माणसं सात दिवसांपैकी सहा दिवस स्वतःच्या शेतात काम करीत. एक दिवस स्वाध्याय परिवाराच्या शेतात. सहा दिवस स्वतःसाठी काम, एक दिवस देशासाठी काम. असं केल्यामुळे सातही दिवस या सामूहिक मालकीच्या शेतीत काम व्हायचं. त्यामुळे सगळ्यांनी मिळून देवाचं काम समजून केलेले हे कष्ट कुणा एकाचे नाहीत. पीक आलं, की ज्याला गरज आहे त्याला धान्य द्यायचं. त्याला घेताना अवघड वाटणार नाही, कारण त्यानंही त्या शेतात कष्ट केलेत. हे काम ईश्वराची भक्ती, पूजा-अर्चा म्हणून केलं जायचं. ही त्यांची 'योगेश्वर कृषी योजना' होती. असाच विचार मच्छिमारांना देऊन त्यांनी 'मत्स्यगंधा प्रकल्प' केला. एक दिवस देवाचा समजून निष्काम काम करणं या भक्तिभावातून त्यांनी राष्ट्रासाठी संपत्ती निर्माण केली.

शेगाव संस्थानच्या व्यवस्थापनात या भक्तीच्या शक्तीचा प्रत्यय येतो. गजानन महाराजांनी सांगितल्यानुसार या संस्थानात धनाचा संचय बिलकूल होत नाही. प्रत्येक आर्थिक वर्षाच्या शेवटी संस्थानाकडे शून्य रुपये शिल्लक असतात. भक्तांनी दिलेला पैसा असंख्य सामाजिक कामांवर खर्च होतो. संस्थानातर्फे प्रकटदिन, पुण्यतिथी उत्सव, रामनवमी यांसह सर्व सण, श्रावण व अधिक मासामध्ये खास कार्यक्रम होतात. दोनशे कीर्तनं, तीनशे पासष्ट प्रवचनं होतात. भाविक आणि

कार्यकर्त्यांसाठी नियमित वेळापत्रक आहे. इथे भाविकांना दररोज मोफत महाप्रसाद मिळतो. याखेरीज संस्थान अनेक धार्मिक, वैद्यकीय, शैक्षणिक कामं करतं. संत व भारतीय तत्त्वज्ञानाच्या प्रचार-प्रसारासाठी इथे शैक्षणिक संस्था आहेत. वारकरी कीर्तन शिकवण्यासाठी कार्यशाळा घेतल्या जातात. या संस्थेचं अभियांत्रिकी महाविद्यालय आहे. बालवाडी ते बारावीपर्यंत शिक्षण देणारी शिक्षणसंस्था आहे.

होमिओपथी, ॲलोपथी, आयुर्वेदिक उपचारांची मोफत सोय संस्थेतर्फे होते. यात अनेक सुविधा आहेत.

दिवाळीच्या वेळी ओंकारेश्वर, सातपुडा भागातल्या आदिवासींना नवीन कपडे व अन्नधान्य पुरवलं जातं. याखेरीज भक्त म्हणून आपण कधी दर्शनाला गेलो, तर जाणवते ती तिथली विलक्षण शिस्त आणि स्वच्छता. आनंद विहार किंवा आनंद विसावा इथे मुक्काम केला, की दिसतात परीटघडीच्या स्वच्छ चादरी, उशांचे अभ्रे, टॉवेल्स...

इथे आरोग्य आणि स्वच्छतेची पराकोटीची काळजी घेतली जाते. लाडू करण्याचा विभाग असो, धान्य भांडार असो की अन्न तयार करण्याची पद्धत असो; कुठेही एक मुंगी नाही की माशी नाही. अगदी अग्निशमन व्यवस्थेचे जे लाल लोखंडी पाईप असतात, त्यावरही धुळीचा कण नसतो.

मंदिर परिसरात अखंड स्वच्छता सुरू असते. झाडांच्या खाली बारीक जाळ्या अशा लावल्या आहेत, की वर पक्षी मनसोक्त फिरू देत, निवारा घेऊ देत; खाली त्यांच्या विष्ठेची, पिसांची घाण पडणार नाही.

एकही सेवेकरी वायफळ बोलत नाही. सगळं काम शांतपणे चालतं. येणाऱ्या भक्तांशी बोलताना पराकोटीची नम्रता दिसून येते. भक्तांसाठी माउली हे संबोधन विलक्षण नम्रतेनं उच्चारलं जातं. काम संपलं, की सगळे जण भजनात दंग होतात.

या सेवेकऱ्यांमध्ये दोन प्रकार असतात. काही अल्प मुदतीसाठीचे सेवेकरी असतात. यात कुणी डॉक्टर, कुणी इंजिनीयर, सीए, स्वतःची शेती असणारे असे लोक आठ-पंधरा दिवसांसाठी इथे येऊन विनामूल्य सेवा करतात. सेवेची ही संधी मिळण्यासाठी खूप दिवस आधी नाव नोंदवावं लागतं. कारण प्रतिक्षायादी मोठी असते. काही दीर्घ मुदतीसाठीचे सेवेकरी असतात. ते सहा महिने, वर्ष-वर्ष काम करतात. त्यांच्या कुटुंबीयांची काळजी संस्थान घेते. शिवाय त्यांना दरमहा व्यवस्थित मानधन दिलं जातं. याखेरीज संस्थानचे काही पगारी कर्मचारीही असतात.

या सर्व कार्यामागचे हात आहेत श्रद्धेय श्री. शिवशंकर पाटील यांचे. आपल्या वडिलांकडून त्यांना श्रद्धेचा वारसा मिळाला. मंदिरात फरशी बसवण्याच्या कामापासून त्यांनी सुरुवात केली आणि ते संस्थानचे मुख्य अधिकारी बनले. त्यांनी शेगावच्या संस्थानाला असं रूप दिलं, की हे संस्थान आज जागतिक पातळीवर व्यवस्थापनाचा आदर्श नमुना मानलं जातं. त्यांचं काम पाहून सिटी बँकेचे अध्यक्ष – जे गजानन महाराजांचे भक्त होते – त्यांनी भाऊंना या कामासाठी ७०० कोटी रुपये देऊ केले. पण भाऊंच्या मते गरज फक्त ७० कोटी रुपयांचीच होती. तेवढे घेऊन ६३० कोटी रुपये त्यांनी नम्रपणे नाकारले.

आता शिवशंकरभाऊ नाहीत. पण हे जग सोडताना हाच सेवेचा, भक्तीचा वारसा त्यांनी आपले चिरंजीव श्री. निळकंठबुवा पाटील यांना सोपवला आणि तेही वडिलांप्रमाणेच आज हा वारसा चालवीत आहेत.

संत : ईश्वराचे निरूपणकार

यदा यदा हि धर्मस्य ग्लानिर्भवति भारत ।
अभ्युत्थानमधर्मस्य तदात्मानं सृजाम्यहम् ।।
असं गीतेत श्रीकृष्णानं सांगून ठेवलं आहे.

समाजात ज्या वेळी ज्या प्रकारच्या कार्याची गरज असते, ते कार्य करण्यासाठी संत या पृथ्वीवर पुन्हापुन्हा अवतार घेत असतात, असं मानलं जातं.

साईबाबा आणि गजानन महाराज यांच्यात असलेला जिव्हाळा आपण पाहिलाच आहे. नाशिकजवळील सटाणा येथे उपासनी महाराज होते; जे साईबाबांचे निकट शिष्य! शिर्डी येथे खंडोबा मंदिरात राहून त्यांनी प्रखर तप, उपासना केली. ते वेदांचे जाणते होते. त्यांचं वेदपठण, वेदांचा आणि यज्ञसंस्थेचा अभ्यास, साधना विलक्षण होती. त्यांना साईबाबांनीच घडवलं आणि नंतर शिर्डीजवळच्या साकुरी इथे आध्यात्मिक कार्य करण्यासाठी पाठवलं. त्यांनी स्त्रियांना वेदपठणाचा, ब्रह्मचारी राहून आध्यात्मिक कार्य करण्याचा अधिकार दिला. अनेक मुली उपासनी कन्या म्हणवून घेत. त्या साकुरीच्या आश्रमात राहिल्या आणि त्यांनी वेदाध्ययन केलं. पौरोहित्य केलं. उपासनी महाराजांच्या अत्यंत निकटचा, त्यांचा वारसा चालवणाऱ्या शिष्या म्हणजे पूज्य गोदावरीमाता! अगदी लहान वयात त्या स्वेच्छेनं आश्रमात आल्या आणि तिथेच राहून त्यांनी साधना आणि वेदाध्ययन केलं.

या गोदावरीमातांचे आजोबा श्री. भास्करराव हातिवलेकर यांचं रेल्वेच्या नोकरीनिमित्त शेगावला राहणं झालं होतं. मुळातच श्रद्धाळू असणाऱ्या भास्करराव

यांची गजानन महाराजांवर विलक्षण श्रद्धा जडली होती. त्यांना वासुदेवराव हे एकच पुत्ररत्न. आपल्याला आणखी एखादं तरी अपत्य हवं असं त्यांना वाटे. त्या वेळी गजानन महाराज म्हणाले होते, ''अरे, खंत कशाला करतोस? मी स्वतः तुझ्या कुळात जन्म घेणार आहे.''

वासुदेवराव हातिवलेकरही शेगावमध्येच राहिले. ते स्वतः आणि त्यांची पत्नी रमा अत्यंत सत्त्वशील साधक. रमाबाईंना दिवस राहिले, तेव्हा त्यांना वारंवार श्रीगणेशाची दर्शनं घडू लागली. नामस्मरण, ध्यान यातच मन रमू लागलं. त्यांच्यापोटी जन्माला आल्या त्या गोदावरीमाता! उपासनी महाराजांनंतर साकुरीमध्ये त्यांनी खूप कार्य केलं. वेदपरंपरा आणि सनातन धर्म टिकवला. अनेकांच्या गुरू बनून त्यांनी शिष्यांना सन्मार्गाला, भक्तिमार्गाला लावलं. या गोदावरीमाता याच शेगावच्या गजानन महाराजांचा अवतार आहेत असं मानलं जातं.

थोडक्यात साईबाबा आणि गजानन महाराज परस्परांचे गुरुबंधू. साईबाबांचे शिष्य उपासनी महाराज आणि त्यांच्या शिष्या गोदामाता या पुन्हा गजानन महाराजांचाच अवतार! असं हे पूर्ण वर्तुळ आहे. सौ. उषा दिनेश ओझा यांनी 'वंदिते तुला' या गोदामातांच्या लिहिलेल्या चरित्रात हा उल्लेख आला आहे.

संत...

संत ईश्वराचे निरूपणकार.

सनातन धर्माच्या मान्यतेनुसार ईश्वर या पृथ्वीवर पुन्हापुन्हा अवतार घेतच असतो. कसं जगावं आणि त्याच्यापर्यंत कसं पोहोचावं याचं मार्गदर्शन करीत असतो.

पण कधीकधी बुद्धीवर पडलेल्या मायेच्या, अहंकाराच्या पडद्यामुळे ते ईश्वराचे बोल समजत नाहीत. ज्ञान अंधारात लोपून जातं. हजारो वर्षांपूर्वी केलेला तो उपदेश आजच्या काळात कसा अनुसरावा ते समजत नाही. प्रत्येक जिवाचा काळ वेगळा, प्रांत वेगळा, परिस्थिती वेगळी. बुद्धीची आणि भावनेची क्षमताही वेगळी! म्हणून संत येतात. वेगवेगळ्या प्रांतात, वेगवेगळ्या काळात, वेगवेगळ्या पद्धतीनं जगून दाखवतात. बोट धरून माणसांना ईश्वराच्या मार्गावर आणतात. ईश्वर स्वतःच सामान्य जीव आणि आपण यांच्यामधला दुवा म्हणून संत बनून येतो.

या संतांच्या मार्गानं जो जातो, तोच कैवल्याचा अधिकारी होतो.

॥ श्री गजाननार्पणमस्तु ॥

संदर्भसूची

१. श्री दासगणू महाराज कृत श्री गजानन विजय

२. गजानन विजय भक्ती रसास्वाद (लेखक : स्वामी माधवानंद)

३. सद्‌गुरू (लेखक : श्री. मनोज कृष्णराव कुलकर्णी)

४. श्री. वामन रूपरावजी वानरे यांनी फेसबुकवरून दिलेली माहिती

५. वंदिते तुला (लेखिका : सौ. उषा दिनेश ओझा)

...याखेरीज काही भक्तांनी सांगितलेले स्वानुभव.

लेखक परिचय

राजलक्ष्मी देशपांडे

एम.ए. (अर्थशास्त्र)

'ईशावास्य', प्लॉट नं. ४९,
सायंतारा हाउसिंग सोसायटी, डीएसके विश्व,
धायरी, पुणे ४११ ०४१

- आध्यात्मिक पिंड असलेली कवयित्री. दोन कवितासंग्रह प्रकाशित
- कथा व कादंबरी लेखनातही मुशाफिरी, 'बीज अंकुरे अंकुरे' हे मूल्यशिक्षणाशी संबंधित प्रयोगांवर आधारित पुस्तक प्रकाशित
- स्वामी चिदानंद सरस्वती आणि माता अमृतानंदमयी यांच्या जीवनावर आधारित चरित्रात्मक कादंबऱ्या प्रकाशित
- पुण्यातील 'ज्ञानप्रबोधिनी' या संस्थेत केलेल्या संशोधनावर आधारित स्वामी दयानंद सरस्वती आणि भगिनी निवेदिता यांच्या चरित्रांचे लेखन
- भारतीय संस्कृती आणि त्यातील शाश्वत मूल्यविचार यावर आधारित 'संस्कृतीच्या प्रसादखुणा' या ललितलेखसंग्रहाला वाचकांचा उत्तम प्रतिसाद
- 'मनाचे श्लोक : मुक्तभाष्य' हे मूळ इंग्रजी पुस्तकांचे मराठी भाषांतर, 'वात्सल्यसिंधू साई' हे मराठी पुस्तकाचे हिंदी भाषांतर प्रसिद्ध

www.ingramcontent.com/pod-product-compliance
Lightning Source LLC
LaVergne TN
LVHW010557160826
845677LV00013B/3157

* 9 7 8 9 3 4 8 0 4 8 8 8 2 *